I0718335

mùa biến dị 21

mùa biến dị 21

mùa biến dị 21
Tiểu thuyết hư cấu Quỳnh Iris de Prelle

Tranh bìa: Thuộc bản quyền của tác giả
Thiết kế và trình bày: Nguyễn Thành
Nhân Ảnh Xuất Bản 2021
ISBN: 978-1990434082
Copyright © 2021 by Quynh Iris de Prelle

Quỳnh Iris de Prelle

mùa biến dị 21

Tiểu thuyết hư cấu

NHÂN ẢNH
2021

tưởng nhớ thời gian của khoảnh khắc

Thành phố, mùa lễ hội cuối năm

Như thường lệ, Lyly đi chợ giáng sinh vào giữa tháng 12 nhưng năm nay vì mải bận các dự án, cô vẫn loay hoay, không có thời gian dành cho bản thân và gia đình. Lyly email cho mẹ, nhờ bà dắt bọn trẻ đi chợ giáng sinh và mua đồ cho cả nhà. Chuẩn bị cho các cuộc xuống đường năm tới về Biến đổi khí hậu, Lyly muốn tập trung thời gian này để sau kỳ nghỉ lễ của năm mới, cô chạy các sự kiện cùng văn phòng. Là một nghệ sỹ tham gia nhiều hoạt động xã hội, Lyly trở thành tâm điểm của mọi lần xuất hiện cùng với hàng nghìn người, hàng chục nghìn người trên đường phố. Tiếng nói của cô đã làm thay đổi suy nghĩ, thái độ và hành động.

Mẹ Lyly dẫn bọn trẻ đi chợ vào cuối tuần. Bà lững thững đi bên cạnh bọn nhỏ. Chúng cười nói và trao đổi với nhau sẽ mua gì mùa giáng sinh năm nay, tặng quà cho ai cái gì. Trung tâm thành phố đông đúc, nhiều ánh sáng và trang trí. Giữa mùa đông nhưng rất ấm bởi lượng người đổ về đây tập trung vui chơi và mua bán. Bọn trẻ chọn đồ theo từng sở thích riêng, nên rất lâu, bà đứng bên cạnh để giúp chúng lựa chọn và đưa lời khuyên hợp lý. Cả ngày ngoài đường, ăn bánh mỳ và uống coca, bọn trẻ rất hào hứng.

Năm nay, sau lễ giáng sinh, cả nhà sẽ đi Thuỵ Sỹ trượt tuyết. Bọn trẻ thảo luận cần gì mang theo, mua thêm đồ nghề mới ra sao cho kỳ nghỉ đông này.

Tại phòng làm việc,

Trên bản tin, Lyly lướt nhanh như thói quen hàng ngày,

đọc tin trước giờ chuẩn bị công việc, trả lời email, thu xếp các cuộc họp.

Nhật báo Metro tiếng Pháp

Thành phố Hoa Lan, tại Châu á, xuất hiện một loại virus mới, chết hàng loạt người già, chủ yếu là đàn ông tuổi từ 55 đến 75. Triệu chứng là khó thở, không kịp cấp cứu.

Tạp chí Tự do tiếng Anh

Cô clik sang tạp chí tiếng Anh ở bên dưới. Tin tức như trên. Cô kéo vội xuống, các báo khắp nơi đều hiện lên thành phố Hoa Lan.

Kỳ nghỉ mùa đông

Gia đình Lyly chạy xe đến Zmatt, Thuỵ Sỹ, nơi nghỉ quen thuộc của gia đình chúng tôi. Xuyên qua núi và những cánh đồng xanh mướt, lên núi cao, không xe oto, núi non bao bọc, bọn trẻ say sưa với tuyết. Chuyến đi lần này có cả gia đình David, bạn thân của gia đình cô. Họ cùng nghỉ trong một căn hộ lớn, 5 phòng ngủ. 4 đứa trẻ chơi cùng nhau, trượt tuyết cùng nhau. 2 bạn nhỏ nhà Lyly học cấp 1. 2 bạn nhỏ nhà David lớn hơn, đang chuẩn bị bước vào cấp 2.

Buổi sáng, họ ăn sáng cùng nhau rồi đi trượt tuyết. Trong lúc cafe ăn sáng, Lyly thường tranh thủ xem tin tức, lướt email. Thi thoảng, cô quay sang nói với Eric về những tin mới, những tin xấu, nhất là dịch bệnh.

1 tuần trôi qua, rất nhanh.

Đồng nghiệp của Lyly đang có triển lãm ở thủ đô Biển Hồ, nơi không quá xa dịch bệnh. Lyly email cho cô ấy cách đây vài ngày, vẫn chưa thấy hồi âm. Lyly khá là sốt ruột. Thông tin các hãng bay sang đó đã dừng lại. Chính phủ đã đón công dân trở về, để tránh an toàn. Gần 100 người về đến thành phố trong rừng của cô, họ đều phải đến bệnh viện để xét nghiệm và phải cách ly trong vòng 2 tuần.

Cô cũng theo dõi tin tức nhiều hơn trong kỳ nghỉ này. Người đàn ông có kết quả dương tính đầu tiên, có vợ ở vùng Hoa Lan. Những người khác sức khoẻ đều rất tốt, không có triệu chứng nào. Cô thở phào. Mùa đông năm nay có vẻ rất dài. Trong khi các kế hoạch xuống đường của cô cùng mọi người vì biến đổi khí hậu vẫn không thay đổi. Chưa kể đến là năm tới, cô muốn mở rộng hơn ở các thành phố Châu á, phương đông.

Cô thường xuyên email cho mẹ về thông tin, hình ảnh chuyến đi.

Biến đổi khí hậu

Lyly là một nghệ sỹ độc lập, biểu diễn và nhiếp ảnh. Cô có nhiều tác phẩm trình diễn và sắp đặt ở nhiều nơi trên thế giới. Lyly quan tâm đến xã hội và cộng đồng, vì thế, tác phẩm của cô gắn liền với con người, cuộc sống hàng ngày, mang nhiều cảnh báo. Cô đã từng trình diễn những cái chết và ước mơ trong một quan tài trước nhiều khán giả khắp nơi. Cô dùng nhiếp ảnh để sử dụng như những sắp đặt khá kỳ lạ và nguyên bản. Biến đổi khí hậu là một trong những vấn đề Lyly quan tâm từ nhiều năm, bởi cô là một người yêu rừng và hoa. Cô sống ở thành phố bao quanh rừng và từng đọc thơ, trình diễn ở trong rừng gần nơi cô sống.

Tác phẩm nhiếp ảnh gần đây nhất của Lyly mang tên, Đây không phải là bánh mỳ cùng với cuốn sách thơ nhiều hình ảnh, tranh vẽ… gây sự chú ý của nhiều bạn đọc và nhiều người quan tâm.

Cô dành nhiều thời gian để nghiên cứu cũng như tiếp xúc với các bạn trẻ để chia sẻ tiếng nói và hành động vì chính thế giới hiện tại đang sống và tương lai của các bạn nhỏ, thế hệ sau đó. Chồng của Lyly là một nhà khoa học, nghiên cứ về sinh học vật lý. Họ bổ sung hỗ trợ cho nhau rất nhiều. Cô ủng hộ luật biến đổi khí hậu và phụ nữ tham gia cải thiện cuộc sống, từ chính gia đình, môi trường sống của mình. Tác phẩm của Lyly mang những thông điệp ấy giữa những chao đảo và sự nhạy cảm vô chừng của người nghệ sỹ.

Tháng 11 năm trước, cô đã từng cùng hơn 70 nghìn người xuống đường ngày chủ nhật với thông điệp, **No plant B,**

Green life. Đây là bước ngoặt để nghị viện tiến đến luật biến đổi khí hậu trong năm nay và kế hoạch tương lai trong vòng 30 năm nữa của châu lục, nơi cô đang sống cùng gia đình.

Cũng thời gian này, hành trình phương đông của Lyly và gia đình đã được thực hiện từ vé máy bay, điểm đến và những người bạn cô sẽ gặp vào kỳ nghỉ xuân năm tới.

Thành phố Hoa Lan

Bạn của Lyly đã email trả lời và cô phải quay trở lại gấp, không chờ hết triển lãm như đã dự định. Khi về đến bên này, cô ấy phải đến ngay bệnh viện để xét nghiệm và thực hiện cách ly. Lyly lo lắng nhưng cố trấn an bình tĩnh.

Buổi sáng, sau khi các bạn nhỏ ăn sáng, chuẩn bị đi học. Lyly pha cafe, nhìn ra ngoài vườn cạnh cửa sổ. Mùa đông năm nay, hoa nở sớm, tưng bừng. Thế mà dịch bệnh lại hoành hành. Số người chết ở Hoa Lan tăng lên hàng loạt, vì độ lan nhanh và không thể kịp ứng phó. Các thành phố lân cận cũng phải lan toả. Mỗi ngày đọc tin Lyly như hiểu ra rằng, những gì cô đang làm như chống biến đổi khí hậu giúp cho mọi người thu xếp lại cuộc sống đơn giản hơn mà hiệu ích hơn với tự nhiên, với môi trường xung quanh và bệnh dịch này như đang thử thách nhân loại trước sự thu xếp ấy một cách gọn ghẽ. Người già sẽ chết vì bệnh tật. Loài người thức tỉnh hơn trước sự tàn phá của mình, sự tha hoá của mình, ăn thịt các động vật quý hiếm, giết hại các loài quý… Con người phải đối mặt, phải chấp nhận. Lịch sử là thế.

Cô quyết tâm lao vào dự án mới.

Thi ca của người nghệ sỹ múa

Buổi biểu diễn của con gái trong đầu năm mới tại nhà hát thành phố. Con gái của Lyly 7 tuổi, học lớp 2, đã học múa 3 năm. Năm nay, nhạc viện tổ chức vào tháng 1 chứ không phải tháng 6 trước khi kết thúc năm học. Con gái Lyly có năng khiếu từ nhỏ, tại học viện cô giáo cũng phát hiện khả năng cũng như cảm thụ âm nhạc, nhịp điệu của cô bé. Năm nay, lần đầu tiên Lucie biểu diễn một mình với âm nhạc của Mozart. Cô bé rất tự tin. Cả gia đình có mặt đông đủ, đứng xếp hàng trước khi vào giờ biểu diễn.

Buổi biểu diễn kéo dài 2h, nhiều tiết mục khác nhau. Lucie lộng lẫy và rạng rỡ. Mọi người vỗ tay rất dài tiết mục của cô bé.

PARASITE

Người giàu rất ngây thơ, cô ấn tượng với những lời thoại trong phim vừa được giải danh giá nhất của điện ảnh thế giới. Ngạc nhiên về tâm lý Á đông khi họ phát ngôn về xã hội, về giai cấp.

Một phim của điện ảnh Hàn Quốc, được giải Canne và Oscar. Lyly xem phim cùng Eric hàng ngày, mỗi ngày 30 phút trước giờ đi ngủ trong phòng chiếu riêng.

Đó là một phim thú vi của điện ảnh Á Châu mà cô vô cùng thích thú, từ thời Vương Gia Vệ Hồng Kong cho đến Thái Minh Lượng của Đài Loan hay một số đạo diễn Nhật bản. Hàn Quốc luôn là một ẩn số về con người, tâm lý, tâm lý của sáng tạo và nghệ thuật. Lyly rất tò mò và quan tâm, tại sao họ làm được nhiều bất ngờ đến thế.

Từ khuôn hình cửa sổ của một gia đình nghèo, họ nhìn ra đời sống chung quanh như một màn hình lớn hàng ngày, họ bước ra khỏi ngôi nhà sập sệ đó, bước vào một thế giới hoàn toàn khác bằng sự thông minh, có nỗ lực, trong những cơ hội bất ngờ, họ trở thành những kẻ khác hay những cái ác là mầm mống sẵn có, hay cái nghèo khó là nguyên cơ để họ phải đổi thay… Phim rất thời sự với dịch bệnh hiện nay, là họ cũng phải khử trùng cả khu dân cư, trong sự chết ngạt của mùi thuốc…những ký sinh trùng hay những virus bệnh tật của xã hội, những kẻ gây ra tội ác, giết người trong những cơn thịnh nộ của tị hiểm, nghèo đói, tham vọng cùng với dối lừa…

Từ khuôn hình của cửa sổ trong gia đình giàu có, khuôn

hình rất rộng của màn hình phẳng như trong rạp chiếu phim bên ngoài là bãi cỏ xanh mướt.

Phim ảnh luôn là sở thích số 1 của Lyly cùng Eric, họ xem bao phim cùng nhau không chán, họ chia sẻ và sống cùng những khoảnh khắc với điện ảnh, sự gắn bó từ những thước phim và cảm xúc.

Lễ hội văn hoá

Tháng 2 hàng năm, là thời gian Lyly bận rộn với nhiều sự kiện biểu diễn và nghệ thuật. Năm nay, cô triển lãm ảnh cùng với thi ca. Có rất nhiều đồng nghiệp mới, họ từ khắp nơi đến đây, Lyly có thêm những trải nghiệm khác biệt về con người và giá trị khác nhau. Họ vượt qua những cái chết trên biển, những cuộc nội chiến. Nơi Lyly đang sống chào đón và tử tế, họ có thêm quê hương mới, gặp gỡ và tự do, nhân quyền và sự thích ứng, hoà nhập.

Tháng 2 cũng là tháng sinh nhật Lyly. Cô tổ chức tại nhà cùng ba mẹ và gia đình. Một ngày khác Lyly dành cho bạn bè là các nghệ sỹ khác nhau, nhiều quốc tịch khác nhau đến chia sẻ các tác phẩm, thi ca cùng trò chuyện.

Carnaval

Dịch bệnh lan tràn khắp nơi, gia đình Lyly ở lại thành phố, không dịch chuyển. Bọn trẻ đi chợ cùng mẹ, mua sắm sách vở, và đồ dùng mới. Kế hoạch trượt băng thực hiện cùng các bạn.

Virus lây từ người này sang người khác như virus máy tính lan từ máy này sang máy kia và làm tê liệt hệ thống. Kỳ nghỉ hè năm ngoái, máy tính cá nhân của Lyly bị hacker tấn công, toàn bộ tài liệu, các dự án của cô bị mất hết. Lyly tưởng chừng như tuyệt vọng.

Các nghiên cứu được đưa ra, các thông tin khoa học mới về loại virus đặc biệt này. Sau tầm 3 tháng, thành phố Hoa Lan không có tình trạng tăng bệnh nhân nữa nhưng số người chết hàng loạt thì làm thế giới bừng tỉnh. Nó bắt đầu lan ra rộng hơn, trên các chuyến bay và người di chuyển từ vùng này sang vùng khác như du lịch, công việc, hay kinh doanh.

Bức màn nhung về một thế giới rẻ, đẩy rác, sản xuất không lành mạnh được khép lại. Giá trị nào còn lại, văn minh nơi nào luôn là mặt trời hay ánh sáng? Quyền lực của một người hay một nhóm người, hay thuộc về những giá trị của con người, các gía trị cơ bản hay sự tôn trọng văn hoá đa dạng, sự chia sẻ nhân văn.

Một số nơi, lễ hội dừng lại vì sự phát tán quá nhanh của dịch bệnh. Một số nơi các hoạt động vẫn như thường lệ. Năm nay, gia đình Lyly không tham gia lễ hội như mọi năm.

Cấp cứu

Tối chủ nhật, như thói quen thường lệ, vợ chồng Lyly tiếp tục xem phim sau khi bọn trẻ đi ngủ. Lyly cũng đi ngủ liền sau 30 phút xem PARASITE. Tâm trạng cô không được vui lắm, có lẽ hiệu ứng từ bộ phim. Lyly nhạy cảm, xem phim nhưng luôn hình dung thế giới con người như thế, quá buồn thương xót xa. Chính vì thế, Eric luôn phải chọn những bộ phim tránh nặng nề, vì sau đó, Lyly sẽ trầm cảm vài ngày liền.

2h sáng, Lyly thức dậy và uống nước. Nhưng cô thấy đau vùng ngực, rất nhẹ thôi. Cứ nằm xuống lại đau. Cô trở mình, thay đổi tư thế, vẫn đau. Không nhói lên từng cơn mà đau như loang ra toàn cơ thể… Cô gọi Eric.

Eric, gọi điện cho bác sỹ hay cấp cứu. Em đau và không thở được.

Eric cuống cuồng ra khỏi chăn.

Lyly đứng dậy, đi lại trong phòng. Cô ngồi xuống ghế. Có vẻ đỡ hơn.

Cô thử nằm trên giường để ngủ tiếp nhưng cứ nằm xuống, các vùng đau lại loang ra…

Lyly nói hay cô bị virus. Nhưng ở thành phố của cô chưa có ai bị cả, hôm nay, mới chỉ có lệnh của thị trưởng về việc sau kỳ nghỉ không ai được đến nơi công cộng nếu từ vùng rủi ro trở về như đã nêu….

Eric gọi bác sỹ. 15 phút sau, ông có mặt tại nhà cô.

Bác sỹ là người thân trong gia đình của cô lâu năm, ông rất hiểu tình trạng sức khoẻ của Lyly và mọi người.

Ông kiểm tra ống nghe, sờ trán và vùng ngực.

Ông nói, chắc cô bị căng thẳng gây ra triệu chứng đau này, nhưng cẩn thận về tim. Ông đưa tờ đơn thuốc cho Eric.

Một lát sau, Lyly ngủ thiếp đi. Nhưng virus là một ám ảnh, cô luôn nhìn thấy nó khắp nơi. Virus là những gián điệp. Chúng lây lan và những ai liên quan đến người bị lây, đều phải xét nghiệm, đều phải cách ly. Thật khủng khiếp. Tinh hoa của nhân loại thời xưa cũ trở thành nỗi ám ảnh của nền văn minh hiện đại. Không loại trừ bất kỳ ai, xâm lấn và tàn hại. Tất cả mọi hoạt động ngưng lại. Một thế giới khác sẽ được thiết lập lại và trật tự mới.

Trường học sau kỳ nghỉ tháng 2

Bọn trẻ nô nức quay lại trường học. Tối chủ nhật, Lyly nhận được email từ nhà trường và thị trưởng của quận về việc lệnh cấm tất cả những ai trở về từ những vùng rủi ro đều không đến những nơi công cộng như nhà hát, trường học, cinema và phải đi đến xét nghiệm ngay ở bệnh viên Z tại trung tâm thành phố.

Đường phố vắng lặng, sạch bóng. Trường học sạch bóng. Hôm nay, người quét dọn lau cả cửa sổ, các bệ và mép tường một cách tỉ mỉ. Các thông tin về dịch bệnh đã dán trên bảng thông tin.

Phụ huynh trong lớp học Lucie vẫn như mọi ngày, đến chào hỏi, ôm hôn Lyly. Họ nói về dịch bệnh và email từ nhà trường là cần thiết. Bạn gái của Lucie kỳ nghỉ này không về mà ở lại đây, mẹ bạn ấy thở phào, thật may mắn. Lyly rất hiểu và cảm thông. Cô hình dung, nếu một ngày, đóng cửa trường học và bắt đầu có những người bệnh ra đi, chúng ta phải đối phó một cách khác, mạnh mẽ hơn và quyết liệt hơn.

Arthur đến trường lại hoà vào các bạn nhảy nhót, chạy tung tăng. Arthur có rất nhiều bạn thân và chơi chung với nhiều nhóm nên các bạn rất quý. Buổi chiều, Eric trở về từ văn phòng và đón các bạn. Bước vào nhà, như thường lệ, các bạn nhỏ ôm hôn Lyly và Arthur kể hôm nay cô giáo đã nói thế nào về dịch bệnh và virus. Mẹ yên tâm, chúng con khoẻ mạnh vui chơi, sẽ đánh bại lại chúng. Chúng bắt đầu chào nhau bằng mũi giày, cùi tay… tránh ôm hôn, gần gũi như thường lệ. Bài học rửa tay thật sạch luôn được nhắc lại. Từ lúc dịch bệnh bung ra ở Hoa Lan,

Lyly đã đi tìm mua khẩu trang nhưng không có vì họ đã chuyển đi trợ giúp, nước rửa tay đã hết. Không sao cả, chúng ta học cách sống chung với rủi ro. Thành phố của Lyly đã bao lần hoạn nạn, khủng bố, dịch bệnh từ sau chiến tranh. Chính trong gia đình Lyly, bố của bà ngoại chết vì ung thư vì chưa có thuốc chữa, gia đình của bố Lyly có người chết vì dịch cúm Tây Ha thời chiến tranh thứ nhất. Họ trải qua rất nhiều mất mát. Mỗi năm dịch cúm mùa đông tràn đến, mấy chục nghìn người ở châu lục này ra đi. Nhưng với dịch bệnh mới, chưa có thuốc và vaccine, chúng ta không thể chủ quan và thờ ơ. Mọi dịch chuyển sẽ khó khăn hơn và sẽ cần thêm cả thời gian nữa để nhận ra các quy luật cũng như cách phòng chống. Chính phủ và bộ y tế sức khoẻ là tuyến đầu cùng Uỷ ban Liên hiệp, sự cố gắng của họ khiến cho Lyly yên tâm phần nào, không chỉ nơi cô sống mà khắp nơi được hỗ trợ kịp thời, dù có những cái chết đến quá nhanh, chỉ trong một tích tắc.

Trường đại học Tự do

Nơi Eric làm việc nhiều năm trong giảng dạy và nghiên cứu. Đây cũng chính là ngôi trường đầu tiên ở thành phố này do tư nhân sáng lập, trong đó có gia đình Eric trước đó cùng tên sáng lập. Bố mẹ của Eric học ở một trường danh tiếng Catholic có bảng xếp hạng số 1 châu lục. Eric và anh trai học tại đây thời đại học. Lyly học về nghệ thuật biểu diễn ở trường Hoàng gia từ nhỏ. Mỗi chiều tối đi làm về, Lyly đều cập nhật thông tin cho Eric về tình hình dịch bệnh dù tin tức thế nào cô đều gửi qua mail cho anh và mẹ cùng mọi người trong nhà. Eric làm khoa học nên anh khá bình thản trước mọi sự cố hay biến động, kể cả chính trị. Có lần Eric nói chúng ta ai cũng có thể mang virus và có mầm virus, nhất là đối với người có sức khoẻ không tốt thì virus tấn công mạnh hơn, dễ tổn thương hơn. Nên em yên tâm, mọi việc sẽ ổn, mình giảm đến chỗ đông người và luôn rửa tay sạch sẽ. Dù môi trường sinh viên của Eric khá đa dạng nhưng nhà trường và khoa cũng chủ động mọi việc.

Sau kỳ nghỉ, đi làm trở lại. Tối thứ 6 về nhà, Eric báo tin, internet ở văn phòng của anh bị mất, chưa rõ nguyên nhân. Lyly hốt hoảng, vậy thì sẽ làm việc thế nào?

Tuần tới đi làm trở lại, để xem sao, em yên tâm. Eric nhẹ nhàng.

Ngắt kết nối, một sự lặng im

Thế giới đã kết nối với nhau qua đại dương xa xôi, qua những đường bay không nhìn thấy chân trời. Bây giờ thế giới đóng cửa lại, những chuyến bay bị huỷ, những cách ly, những hậm hực chiến thắng giữa những khổ đau, mất mát. Loài người chia rẽ nhau, cho những kẻ đứng ở một góc nào đó, cười cợt nhả đùa vô ý hay cố ý một cách tính toán và âm mưu.

Cuộc bầu cử ở Hoa Thịnh Đốn, có bàn tay của những kẻ xấu, làm thay đổi kết quả.

Cuộc bầu cử ở UK, có những bàn tay bẩn thỉu khác, chia rẽ liên hiệp và thế giới.

Họ bắt đầu tấn công, lan rộng. Những virus tưởng như vô hình, những kẻ gián điệp mạng hay những chính sách xâm lấn bằng những con đường trong bóng tối.

Virus tấn công trực tiếp lên người, như những cảnh báo trực tiếp, sự đe doạ tính mạng cũng như chia rẽ toàn nhân loại. Họ thu xếp, sắp đặt bài bản, theo đúng thời gian.

Chúng ta quen sẵn sự sắp đặt, sắp đặt cả những chuẩn bị, phòng thủ nó, chúng ta không quen sự đối đầu trực diện, bất ngờ đến và giải quyết nó bằng sự bình tĩnh hay hiểu biết với những phương pháp, thói quen từ hiểu biết... bởi như thế, trải nghiệm không có, kinh nghiệm không có, chúng ta sống trong sợ hãi, nhìn người khác không bằng sự cảm thông trắc ẩn mà bằng lòng thương hại. Một người bị nạn, chúng ta không giang tay ra giúp mà chúng ta phán xét tại sao bị hại, tại sao để xảy ra. Chúng ta không đủ lòng dũng cảm để che chở cho ai mà chúng ta luôn nhìn thấy kẻ khác đáng thương, ngu độn. Chúng ta thích chiến thắng trong những ma lanh, lừa dối chứ không phải sự minh bạch công khai.

Metro

Nơi di chuyển hàng ngày của Lyly. Nhìn vào tờ nhật báo,

Asia có 90,117 trường hợp (3,208 chết), Europe 15,424 trường hợp (528 chết), the Middle East 7,623 trường hợp (244 chết), United States và Canada 679 trường hợp (27 chết), Oceania 112 trường hợp (3 chết), Africa 99 trường hợp (1 chết), Latin America và Caribbean 97 trường hợp (chết).

Số người bị nhiễm tăng lên, số người chết tăng lên. Đếm người, đếm những cái chết. Lyly rùng mình lạnh toát người. Cô bỏ tờ báo sang ghế bên và thở thật sâu. Cô chỉ mong bến tàu sắp tới dừng lại thật mau để cô bước ra khỏi đó.

Tin tức trong ngày dồn dập. Một thành phố trong liên hiệp bắt đầu phong toả, vì sự gia tăng chóng mặt và có nguy cơ tất cả mọi người đều bị virus. Mọi người lao đi siêu thị, vét đồ dùng hàng ngày, vét thực phẩm, vét nước rửa tay. Khẩu trang y tế và khẩu trang mặt nạ không còn, nước rửa tay khô không còn. Lyly không có thói quen mua đồ quá nhiều, dự trữ nên dù rất căng thẳng, cô vẫn trấn an và phân tích cho các bạn nhỏ ở nhà về sự tự bảo vệ chính bản thân mình trước mùa dịch bệnh này.

Chưa đầy 1 tháng, liên hiệp đã phủ đầy bóng đêm đen tối của virus và dịch bệnh. Có những nơi đơn phương dừng lại các thị thực nhập cảnh. Có những nơi huỷ các chuyến bay. Có nhiều nơi đóng cửa trường học. Nam Triều bùng nổ ngoài sức tưởng tượng của mọi người, về số lượng và người chết, chỉ sau Lan Hoa. Phù tang luôn là nơi chất lượng tốt nhất đáng sống nhất số lượng người tăng lên cũng nhiều nhất. Có lẽ, sự đa dạng và dịch chuyển, những kết nối đã lây lan nhanh như những ma trận dính vào nhau.

Con người trước những biến động

Những người tử tế lúc nào cũng sẽ luôn tử tế. Bố mẹ chúng ta, những người bạn thân chân thành cuả chúng ta, gia đình chúng ta. Thế giới còn cả mạng xã hội nữa, thông tin của mạng xã hội chiếm đa phần xa lộ thông tin của chúng ta. Đó là thế giới chúng ta nhìn ra những bộ mặt, những tiếng cười và những ghê rợn khi họ bình luận về nhân loại, về những chia rẽ được tung hô. Họ huỷ bỏ giá trị. Họ nhân danh thứ tự do què quặt thiếu chân lý hoặc nhân văn. Họ cực đoan và uy hiếp, bạo hành bằng từ ngữ, bằng những icon… Họ áp đặt tư duy và sự thiếu hiểu biết của mình vào một thế giới khác, thế giới tử tế và tốt đẹp hơn, thế giới văn minh mà chính họ theo đuổi trong những thất bại… Họ hả hê và vui sướng cực độ trước những cái chết, những người bị dịch bệnh kéo đi. Nơi Lyly sống, trước những khó khăn bất trắc của cộng đồng, người ta lắng nghe nhau, cùng nhau thực hiện vì mục đích chung, chính phủ của họ là chính phủ do chính những cá nhân như Lyly lựa chọn, họ tin vào chính phủ ấy, những con người đại diện ấy. Chứng kiến bao lần những khủng bố, bệnh tật từ xưa trong lịch sử gia đình, Lyly như càng yêu thương hơn, càng mạnh mẽ hơn, những gì cô làm như từ gốc rễ từ một gia đình truyền thống, sự giàu có hiểu biết và tri thức.

Bà ngoại

Hơn 1 năm trước, bà vào viện dưỡng lão gần nhà vì sức khoẻ suy yếu. Bố mẹ Lyly lo cho bà việc chuyển đồ đạc và các thủ tục khác. Ngôi nhà mà ông bà cùng mẹ Lyly với các anh chị em được rao bán. Đó là khu dân cư ở một quận giàu có bậc nhất. Ông ngoại ra đi lúc 94 tuổi, mãi vài năm sau bà mới vào đây.

Lyly gắn bó với ông bà ngoại từ nhỏ. Bà là con gái đầu trong một gia đình giàu có vùng cảng biển. Năm bà lên 6 tuổi, bố của bà ra đi vì ung thư dạ dày. Bà lớn lên cùng mẹ và 2 anh chị em khác. Sau đó, họ chuyển về thủ đô. Bà ngoại cưới ông ngoại là một người tham gia thế chiến thứ 2, trong quân đội, rất đẹp trai. Sau đó, ông ngoại trở thành giáo sư một trường đại học và làm ở bảo tàng khoa học tự nhiên. Bà ở nhà chứ không tham gia gì công tác xã hội. Mẹ tôi gắn bó với ông ngoại nhiều hơn vì là con gái đầu lòng, hay đi chơi cùng ông cuối tuần. Bà ngoại nấu ăn ngon và mặc đẹp, trang sức của bà lúc nào cũng rất mode và đắt tiền. Khi chúng tôi lớn lên dù đi học đại học hay cưới chồng, cưới vợ có con cái, chúng tôi vẫn đến thăm ông bà thường xuyên cùng bố mẹ. Có lúc bố mẹ đi nghỉ hè xa, chúng tôi đến thăm ông bà. Hàng tuần bà hay hẹn các cháu đi ăn trưa ở đâu đó, các nhà hàng quen thuộc và đồ ăn rất ngon.

Năm nay, bà ngoại yếu hơn, hay ốm và bị ngã mấy lần, thế là phải mổ tay, mổ xương. Bà rất trường kỳ chiến đấu. Mùa dịch này, tấn công nhiều vào người già. Gia đình bố mẹ và chúng tôi cũng chú ý cẩn thận hơn. Cuối tuần vừa rồi, mẹ gọi điện cho Lyly biết, sang tuần bà cần khám sức khoẻ và xét nghiệm.

Bà ngoại có kết quả xét nghiệm vào thứ 3. Dương tính. Virus mùa dịch bệnh. Mẹ khóc dàn dụa nước mắt. Lyly thấy qua giọng nói của bà trong ống nghe điện thoại. Bố mẹ cũng phải xét nghiệm và cách ly vài tuần.

Một tuần sau, bà ngoại ra đi. Chúng tôi không còn ông bà nữa, ông bà nội cũng đã ra đi. Thế là bà ngoại ra đi sau nhiều lần vượt trận. Đám tang của bà không nhiều người. Arthur chơi đàn violong, tưởng nhớ bà. Lucie đọc thơ. Lyly viết vài trang giấy kể về những kỷ niệm với bà trong ngôi nhà cũ và những chuyến đi. Bố mẹ Lyly không đến được đám tang vì phải cách ly. Lyly rất buồn. Chưa bao giờ cô thấy cô đơn như không gia đình, không còn ai, không còn bố mẹ.

Bà được hoả táng và thả tro trên bãi cỏ rộng mênh mông. Một buổi chiều đầy gió và những đám mây màu ghi.

Cách ly chứ không cách xa gia đình và xã hội

Bố mẹ Lyly có kết quả xét nghiệm, dương tính. Họ phải nằm viện cho đến lúc nào khỏi bệnh, hết virus. Tình trạng sức khoẻ của bố mẹ khoẻ mạnh, không có những triệu chứng ho hay sốt. Lyly chỉ liên lạc với mẹ qua mail. Bọn trẻ bắt đầu chú ý đến dịch bệnh bằng cách hỏi Lyly nhiều hơn thông tin, và tình trạng của ông bà.

Bố của Lyly là thẩm phán. Khác với nghề nghiệp khắt khe của ông, thì ông lại là người vô cùng phòng khoáng và thích tự do. Ông không thích nghề này nhưng vì bà nội Lyly đã bắt ông phải theo truyền thống gia đình. Bố Lyly sinh ra trong một gia đình quý tộc lâu đời và giàu có. Bà nội là một nhà báo nổi tiếng, bà rất mạnh mẽ và quyết liệt. Từ lúc anh trai của bố Lyly mất, bà thay đổi nhiều.

Ông cảm thấy khó chịu khi ở viện lâu ngày. Tuần đầu tiên, mọi việc bình thường. Đến sang tuần thứ 2, tầm 10 ngày, ông bắt đầu khó chịu và trầm cảm. Không muốn ăn uống, không đọc báo đọc sách như thói quen nữa. Sức khoẻ của ông đi xuống nhanh chóng.

Đêm cuối tuần, Lyly nhận điện thoại từ bệnh viện, họ thông báo, ông đã từ trần. Lyly không thể tin ở tai mình. Bố ra đi quá nhanh.

Đám tang của bố, mẹ không thể có mặt. Lyly có thông báo trên các nhật báo, có những đồng nghiệp cũ của ông đến. Có những người yêu quý ông bởi nhiều năm làm thẩm phán ông luôn là người có trách nhiệm và lương tâm. Ông nghỉ sớm trước vài năm vì cảm thấy đủ bổn phận của mình.

Theo đúng nguyện vọng của bố mẹ từ trước, Lyly làm hoả táng cho ông rồi để bình tro trong hầm mộ của gia đình với nhiều thế hệ.

Lịch sử gia đình Lyly

Sau 3 tuần, mẹ Lyly khỏi bệnh hoàn toàn. Bà trở về nhà. Lyly không thể tưởng tượng được làm sao bà vượt qua nỗi đau đớn này, mất mẹ, mất chồng. Không một ai bà được nhìn lần cuối. Bà lặng lẽ trong lâu đài rộng lớn. Như bình thường, ông bà hay đi cùng nhau, đi đâu cũng vậy. Phải luôn bên nhau. Bây giờ chỉ còn lại mình bà.

Lyly nói với mẹ nghỉ ngơi, lúc nào thấy ổn trở lại rồi sẽ thu xếp mọi việc khác. Cô thật sự suy sụp. Thế giới như đang đảo lộn lại và mỗi người cần tự cân bằng để đứng lên.

Bố mẹ Lyly gặp nhau ở trường đại học. Bố của Lyly rất đẹp trai, ông thích đọc sách nhưng không chăm học. Họ gặp nhau ở 1 buổi tiệc. Sau đó, vài lần gặp nhau ở giảng đường, họ bắt đầu hẹn hò. Bố mẹ hay kể lại tình yêu và chuyện gia đình cho bọn trẻ trong nhà. Gia đình Lyly giàu có từ nhiều thế hệ, đã từng làm ngoại giao và đi sứ ở Phương Đông nên họ rất hiểu lịch sử văn hoá khác biệt, họ có nhiều đồ vật cổ từ nhiều thế hệ trước để lại. Nhà của Lyly đa phần đồ cũ từ ông bà nội để lại cho, vì ông bà rất yêu Lyly. Lyly gắn bó với cả ông bà nội và ông bà ngoại nên cô có nhiều kỷ vật từ gia đình. Rất đặc biệt, Lyly giống bố nên cô rất cổ điển và say sưa lịch sử dù là một nghệ sỹ và học nhiều về nghệ thuật.

Bà nội có 2 con trai, thì anh trai của bố tự tử hồi 31 tuổi, sau khi cưới vợ 2 năm. Anh trai của bố có tiền sử bệnh tâm lý. Ông ấy gặp vợ trong một cuộc hẹn với bác sỹ ở bệnh viện. Thế là họ cưới nhau nhanh chóng. Bà nội rất lo lắng. Sau khi có một cô con gái, vợ của ông ấy bỏ bê cô bé, gia đình, sa vào nhậu nhẹt. Một hôm đi làm về, thấy vợ uống rượu giữa đám người xa lạ trong phòng khách. Ông ấy tìm súng và tự bắn vào đầu mình. Bố kể lại, máu me bắn tung toé. Vợ ông ấy hoảng sợ rồi bỏ đi, để lại cô con gái cho bà nội.

Anh trai của bố rất thanh mảnh, thông minh và đẹp trai một cách yếu đuối, nhìn tấm ảnh trên tường ở trong nhà, Lyly luôn ấn tượng điều ấy. Ông ấy làm trong ngành tài chính. Sau khi con trai mất, bà nội thay đổi hoàn toàn cuộc sống. Bà lao vào công việc. Bố của Lyly được gửi về quê ngoại ở Miền Nam nước Pháp ở cùng với em gái của bà nội. Bà nội không có thời gian chăm sóc ông và đứa cháu nội, con của người con đã mất. Nên bố gắn liền với nơi quê hương xa xôi của bà nội chứ không phải nơi như Lyly đang sống. Nơi này, cô được sinh ra và lớn lên. Cô yêu nó và không muốn rời xa dù công việc của cô có thể ở nhiều nơi trên các thành phố khác của thế giới ....

Mẹ và bố cưới nhau ở quê ngoại rất xa của bố. Hàng năm, cứ mùa hè họ về đó nghỉ ngơi rất lâu, nhất là sau khi về hưu, họ chỉ ở thành phố với Lyly một nửa, nửa năm kia họ đi du lịch và nghỉ ở quê của bà nội. Mẹ chấp nhận tính cách khác biệt của bố, có phần khó tính. Bố thì chiều mẹ, và họ không bao giờ xa nhau, kể cả đi đón cháu, đi chơi hay công chuyện gì đó, họ luôn lái xe và ở bên nhau. Lyly rất tự hào về gia đình, về tình yêu của bố mẹ. Bởi lẽ thế, khi gặp Eric cô rất hạnh phúc vì họ như một bản sao tình yêu từ bố mẹ Lyly.

Ở nhà để bảo vệ bản thân và cộng đồng

Dịch bệnh bùng phát, số người chết tăng lên. Liên hiệp xoay sở đủ chiều để ứng phó. Sẽ ngưng di chuyển và đóng cửa trường học, các sự kiện văn hoá, nghệ thuật. Lyly dừng các cuộc biểu diễn và triển lãm.

Ở nhà, ở nhà ở nhà. Đọc tin cập nhật ở nhà. Làm việc ở nhà. Bọn trẻ ở nhà nghỉ ngơi.

Một thời gian khác để sống.

Nhà chính là nơi lúc này cần nhất, gắn bó và thương yêu nhất.

Ở nhà ở nhà ở nhà.

Mọi hoạt động ngưng lại. Có lẽ ngày mai, trường học bọn trẻ sẽ đóng cửa.

Tháng 3 này, mọi hoạt động huỷ bỏ, đóng cửa trường học, các nơi công cộng, quán ăn, nhà hàng, đóng cửa các cửa hàng cuối tuần, trừ các siêu thị và cung cấp nhu yếu phẩm hàng ngày…

Chính phủ gửi email thông báo đến từng công dân. Các báo phát tin khẩn cấp vào chiều tối muộn sau kỳ họp gấp. Ngày sau đó, số lượng tiếp tục tăng lên.

Buổi sáng, cuối cùng của kỳ đi học trong đợt dịch bệnh, khắp nơi là lễ pyjama dành cho học sinh. Đường phố vắng hơn. Nhiều gia đình cho con ở nhà từ hôm nay, thứ 6, ngày 13.

Các siêu thị nô nức, bận rộn từ sáng sớm. Lyly nhặt mọi thứ gấp 2 lần lên, coi như một ngày tập gym, đa phần các đồ nguội và ăn sẵn. Đồ tươi cô cũng không mua nhiều vì sẽ hàng ngày đi siêu thị ngay cạnh nhà như thịt, cá, rau xanh…

Tưởng nhớ tháng 3

Trong vòng nhiều năm nay, vào ngày đầu xuân của tháng 3, cả thành phố của Lyly chìm trong mặc niệm của đợt khủng bố năm nào, tại bến metro trở về nhà cô và trung tâm thành phố.

Lyly gắn bó nơi này bằng cả tình yêu và sự trưởng thành của cô cùng gia đình, văn hoá lịch sử của nó. Những người bạn mới từ rất xa, hoàn toàn khác, những trái tim và sự hiểu biết. Thế giới nhỏ gọn hơn và thành thật hơn bởi tiếng người kết lại.

Bão mùa đông, dẫm dậm trên những mái nhà. Đổ cây. Công viên thành phố đóng cửa. Nắng trên những cơn mưa lấp lánh như một chút hi vọng, dịch bệnh sẽ qua mau.

Cũng vào tháng 3, ngày sinh nhật của mẹ Lyly. Năm nay, bà sẽ tròn 80 tuổi. Bà dường như rơi vào hố sâu trầm cảm sau cái chết của bố Lyly. Bà cũng chuẩn bị sẵn sàng di chúc, mọi thứ để lại cho Lyly và bọn trẻ. Lâu đài của gia đình có thể bán hoặc giữ lại, tuỳ Lyly quyết định vì gia đình chỉ có Lyly là độc nhất. Có thể, sau này, con trai của Lyly sẽ giữ thêm cả họ của Lyly để giữ tên dòng họ của gia đình.

Đã nổ tung

đã đóng lại

đóng lại hoàn toàn

đã đóng lại

bao giờ mở ra

không biết nữa

còn phải chờ

đếm những cái chết

được dự báo

được biết trước

trong list danh sách

Tưởng nhớ tháng 3, trầm cảm mùa xuân kéo dài.

Trầm cảm mùa xuân

Lyly bị triệu chứng này khá trầm trọng từ thời mới lớn. Cứ mùa xuân đến tháng 3, cô phải đến bác sỹ tâm lý. Trong nhiều năm, cô chịu đựng, vượt qua. Có lúc tưởng như không còn trên đời nữa, cô đã từng muốn tự tử. Đó là triệu chứng bệnh lý của những người quá nhạy cảm với sự chuyển đổi của thời gian và vũ trụ. Lyly chữa bằng nhiều cách khác nhau, có lúc tưởng như tuyệt vọng. Rồi cô cũng vượt qua bằng những trang viết hay sự sáng tạo của mình một cách diệu kỳ. Như một thói quen đặc biệt cô chấp nhận sống chung với nó. Mùa xuân năm nay, giữa dịch bệnh, Lyly lại tỉnh táo hơn. Có lẽ, những khó khăn bất trắc nặng nề khiến cho con người cân bằng hơn để thích ứng. Lyly đang thấy những thay đổi ấy. Cô không thể chìm lấp trong những cảm xúc tiêu cực hay những tưởng tượng về cái chết. Những người thân của cô đã dần ra đi. Cô không thể. Hàng năm, thành phố nơi cô sống, có hàng trăm người chọn cái chết này như một đặc quyền. Ở nơi này, cũng là nơi chấp nhận quyền được chết như sống. Nhưng tự tử từ những trầm cảm thì xã hội luôn quan tâm, cảnh báo. Số điện thoại quen thuộc ấy dán khắp nơi và có thể chỉ cần gọi đến khi bạn đang hối tiếc. Lyly từng chứng kiến cái chết của bố một người bạn, ông ở một mình trong một căn nhà cũ nhỏ bé bên rừng. Mấy tuần, không thấy ông liên lạc gì, bạn của Lyly đến thăm cha, ông đã chết trên chiếc giây thừng trong phòng ngủ.

Những cái chết lặng lẽ, đầy yên ăng. Những cái chết do mỗi người lựa chọn có lẽ cũng là những cái chết bình an.

Bà nội Lyly lúc bị ngã sau khi ông nội ra đi, mặt bà bị nát bươm ra, nếu còn tiếp tục sống bà sẽ không như xưa được nữa. Bà chọn một cái chết nhẹ nhàng, với sự đồng ý của bố mẹ Lyly. Bà nội ra đi, Lyly choáng váng một thời gian bởi ông bà nội luôn ủng hộ và yêu thương Lyly như người thân nhất. Lyly gắn bó với ông bà trong nhiều sự kiện của gia đình và các chuyến đi xa.

Thời sau thế chiến thứ nhất, người họ hàng nhà Monser cùng gia đình với bố Lyly cũng chết vì dịch bệnh, lúc đó sau chiến tranh cũng như không có thuốc chữa, y tế không phát triển, số người chết lên tới 100 triệu người. Lịch sử nhân loại đi qua những cuộc chiến trong đó có những cuộc chiến về bệnh tật, dịch bệnh như một nỗi khủng khiếp ám ảnh, và nó luôn nhắc lại, lặp lại với những tên gọi khác.

Dịch bệnh của thế kỷ 21, cơn biến động toàn nhân loại từ sau thế chiến thứ 2.

thành phố vắng

người người ở nhà

siêu thị vắng dù còn đầy hàng hoá nhiều nhân viên

người người ở nhà

toàn nhân loại trong tình trạng tê liệt, khủng hoảng

không cần bom đạn thuốc súng

dịch bệnh lây lan cho nhau

trong im lặng đớn đau

chia rẽ các tình yêu

chia rẽ các lục địa và đại dương

chia rẽ các đường bay

chia rẽ chia rẽ

những cố gắng không đủ đầy

những ác nghiệt hả hê

nhưng tình yêu luôn chiến thắng

tình nhân loại sẽ chiến thắng

còn lại những vết loang sâu

những virus biến dị

những mặt người biến dị

những dân danh biến dị.

Thư của Nina

Bất ngờ nhận thư của Nina, cô ấy đang ở Ý. Nina viết:

Lyly thân mến,

Nina mong là gia đình bạn khoẻ mạnh, mọi sự tốt đẹp. Thật không may, thành phố của Nina đang phong toả hoàn toàn, cả đất nước chìm trong vắng vẻ và chết chóc. Lúc này đây, không biết than thở, kêu ca gì ngoài việc nhớ đến Lyly và chúng ta, những ngày tháng tươi đẹp. Hưng đang ở quê nhà, vì tính sai một bước mà chúng mình phải chia ly lúc này, Hưng không thể sang, Nina không thể về vì dịch bệnh quá khủng khiếp. Hưng đã ra sân bay, tìm mọi cách để sang mà không có vé, không có chuyến bay nào. Tuyệt vọng quá, Lyly ơi. Chúng ta đang ở thời chiến phải không? Toàn thể thế giới chìm trong nỗi khổ này, từ tháng 11 năm trước, đến nay đã gần 6 tháng và đang trở thành tâm điểm lớn ở đây. Hưng rất suy sụp vì anh không thể tin khi ở quê nhà, Nina ở bên này, hàng ngày anh đón nhận bao tin xấu, bao dèm pha, bao tức tối… Nina bất ngờ quá, mười mấy năm ở đó, có những bạn bè thân quý bên nhau, bởi chữ nghĩa và văn chương, giờ đây, còn lại 1 ít người, cả cộng đồng và tin tức như dồn dập chống lại chúng mình, sự chia xa của chúng mình, đất nước của mình trong khổ đau này. Mình hiểu ra, tình yêu là tất cả, Hưng sẽ sang, và chúng mình sẽ ở lại đây, có thể chết ở đây, không bao giờ trở lại nơi ấy nữa.

Email cho Lyly để bớt đi tuyệt vọng. Cả nhà bình an nhé.

Thương nhớ nhiều,

Nina.

Lyly vô cùng choáng váng khi đọc thư của Nina. Đó là

người bạn gái không quá thân nhưng họ đã có những kỷ niệm với nhau trong những kỳ triển lãm và xuất bản. Nina cưới một người đàn ông gốc Việt, anh ấy đã từng du học nhiều năm và làm việc ở Ý. Họ lựa chọn quê hương anh ấy lúc nghỉ hưu để tìm về cội nguồn quê hương chồng. Lúc hoạn nạn này, Nina hiểu ra tình yêu là tất cả, quê hương của họ là nơi này, nơi đang có những cái chết từng ngày mà cô vô cùng đau đớn, nơi mà họ đã vô cùng hạnh phúc suốt thời thanh xuân…. và cô thể rời xa một lần nữa, dù khoảng thời gian hơn 10 năm qua họ đã từng vui vẻ nơi quê chồng. Sự tuyệt vọng và chia lìa như đang cho Nina sức mạnh để Hưng quay trở về được cùng cô.

Có những ngày không thể biết nói gì hơn, ngoài sự im lặng và im lặng. Lyly lặng lẽ email cho Nina trong dàn dụa nước mắt. Tình yêu là tất cả và không thể chia xa, dù cái chết rình rập thì cũng phải chết bên nhau.

Mùa phục sinh buồn bã

Lucie gọi virus là mặt trời đầy gai, vì thế, chúng ta cần nhiều ánh sáng và nắng.

Chúng thâm nhập vào tâm trí mỗi người, tâm trí những kẻ độc tài và biến thành tội ác. Tội ác không có nghĩa ra tay hại ai đó, giết ai đó. Tội ác chính là những ý nghĩ xấu xa, hạ thấp giá trị và nhân phẩm người khác… Lyly thoáng qua suy nghĩ trong lúc pha cafe ở phòng ăn. Sự nhạy cảm của Lyly luôn khiến cô có lúc trở nên trầm trọng, có lẽ đó là một cá tính trở thành tiêu cực. Có những người bạn của Lyly đã chết từ lúc còn trẻ khi đang theo học nghệ thuật như cô, họ không thể tiếp tục trên con đường nghiệt ngã, cô đơn này. Lyly có gia đình, mẹ luôn ở bên, bà nhẫn nại và chịu khó, không một lời la mắng dù hồi bé cô rất thất thường, cảm xúc thường thay đổi liên tục… Cô cũng nhận ra những điểm yếu của mình và cố gắng nhiều hơn mức bình thường một cách lặng lẽ. Cho đến lúc gặp Eric, dường như Lyly thay đổi và bình an hơn. Mẹ Lyly cũng yên tâm nhiều hơn, bởi cô luôn chọn gia đình và tình yêu ấy dành cho nhau, và sự cân bằng đến với Lyly. Eric làm nghiên cứu nhưng anh cũng khá đặc biệt trong xã hội phương tây, như anh đọc nhiều về zen, về đạo phật… bởi vậy, Eric đơn giản mà chân thành, anh hết mực yêu thương gia đình và chăm sóc Lyly không đòi hỏi điều kiện gì, một cách tự nhiên hiếm có. Bố mẹ của Eric cũng rất yêu thương Lyly và các bạn nhỏ dù gia đình của Eric hoàn toàn khác biệt gia đình Lyly. 2 ông bà là công chức bình thường, họ sống một cuộc đời cũng nhẹ nhàng, Eric lớn lên trong sự giáo dục chu đáo của xã hội, anh tự lập và cũng không rời xa mọi người dù mọi lựa chọn của anh đều không như người khác. Vào đại học, Eric sống riêng, cuối tuần về thăm cha mẹ. Mẹ anh là người đàn bà kiểu mới hiện đại ở phương tây và vô cùng mạnh mẽ. Bà quán xuyến và chu toàn mọi việc. Bố Eric tính tình trầm lặng. Họ sống bên nhau từ lúc thời trẻ đến nay gần 50 năm, không một lần nào biến động.

Mùa phục sinh năm nay, cả nhà không đi nghỉ cùng ông bà. Mùa năm ngoái, cả nhà về vùng biển. Vùng biển năm nay đã lockdown từ tuần trước bởi số người ở đây bị virus tấn công quá nhiều. Đây có lẽ là biến cố lớn nhất của lịch sử loài người từ sau thế chiến thứ 2, bố của Eric nhắn với gia đình Lyly. Chúng ta phải nhìn lại sự bình yên và thịnh vượng này, để giữ gìn tốt hơn và không thể nào gục ngã. Chúng ta phải tỉnh táo hơn trước thế giới toàn cầu, trước những kết nối tay bắt mặt mừng nhưng đầy âm mưu của nhiều thế lực ác nghiệt. Chúng ta phải mạnh mẽ và làm tốt hơn cho thế hệ tương lai. Liên hiệp không thể đi vào những vết xe đổ của sự tan rã, của những chia rẽ lộng quyền. Chúng ta phải nỗ lực để bảo vệ người yếu thế và những người già.

Đóng cửa biên giới giữa nhiều quốc gia khu vực

Lyly email cho các hãng hàng không về việc không thể tiếp tục bay trong hình trình phương đông của cô vào tháng 4 như đã dự định. Email về việc ngưng di chuyển cho bạn bè khắp các thành phố mà cô sẽ đến và gặp gỡ.

Hoa Thịnh Đốn đóng cửa Liên hiệp vì lượng người bị virus tăng lên quá nhiều theo lý do của Trăm nhưng đó là hành động đơn phương, không mang tính hợp tác và chia sẻ. Một số nước bắt đầu khép lại. Phương đông xa xôi khép lại, không chấp nhận các chuyến bay, ngưng thị thực.

Ở nhà, ở nhà như một khẩu lệnh toàn cầu để giảm bớt lây lan và tập trung chữa cho những người bị bệnh.

Các bệnh viện sáng đèn suốt đêm, những vết hằn trên gương mặt các bác sỹ vì phải đẹo khẩu trang, mặt nạ kín.

Những gục ngã bên bàn làm việc, bên hành lang.

Trong một diễn biến khác, Hoa Thịnh Đốn cũng chỉ ra từ Hoa Lan những âm mưu về một cuộc chiến tranh bằng vũ khí sinh học chứ không phải từ tự nhiên như họ thanh minh. Người phát ngôn từ Hoa Lan lên án Hoa Thịnh Đốn, thanh trừng nhau bằng cách giảm bớt các nhà báo từ trung tâm.

Mùi trong Prasite

Prasite sử dụng nhiều ẩn dụ để nói về con người, bản chất. Ấn tượng nhất bộ phim với mình là cậu bé nhỏ, lần đầu tiên nhận ra mùi từ 2 vợ chồng ranh mãnh kia trong nhà từ quần áo, từ thứ xà phòng giống nhau của họ. Đó là dấu hiệu đầu tiên nhận ra về người khác qua mùi, một đặc tính riêng được cảm nhận từ giác quan, nhưng hơn hết đó là cảm quan, sự linh nhạy của trẻ thơ, của con người thuần khiết trước sự dơ dáy hay những vẩn đục không thể dấu.

MÙI- BÀI THƠ KẾT NỐI 20 NĂM

nhận ra trên một và những gương mặt
mùi của hôi tanh
quyền thế
nhận ra trên những con chữ
mùi của khát khao yếu mềm
thầm kín đong đưa
nhận ra trên một lời nói
mùi của giả vờ
dối trá
nhận ra trên một tình yêu
mùi của kim cương
chả có hoa hồng
nhận ra trên một bàn cờ
mùi của thắng thua
thí tốt
nhận ra giữa đàn ông và đàn bà
mùi của rượu nồng
đốt cháy yêu đương

nhận ra trên đôi bàn tay gầy guộc
mùi của tài hoa
bạc nhược
nhận ra trên một nụ cười
mùi của đớn đau
buồn chán
Ngày mai
ra đi
Ngày mai
oán thù
Ngày mai
chết
còn gì
Ngày mai
Cõi thế mù loà dang dở
mùi của tận thế.

Prasite trong tầng hầm và bóng đêm

Sự thật về người chồng của bà giúp việc cũ, những người chạy trốn từ Bắc Triều, không nhà cửa, không người quen. Họ tìm được một công việc và nhét ông chồng ở dưới tầng hầm, một nơi trú ẩn để sống, trong bóng tối và họ cảm thấy thoải mái, an toàn. Người chồng ấy, ngưỡng mộ chính ông chủ trong nhà, người đàn ông mà ông ta không bao giờ thể gặp và đối diện.

Sự thật về gia đình nghèo ma lanh kia, họ luôn chạy trốn trong chính căn nhà họ mơ ước, và phải nằm dưới ghế sofa, nằm dưới gầm giường để nghe thấy những sự thật về chính mình, để nín thở… Cái ước mơ ngôi nhà đẹp trở thành hiện thực của họ trong ánh sáng, luôn là những lời giao đãi trên bàn nhậu bừa bộn trong phòng khách, mà như thói quen cũ họ không thể bao giờ ngồi trên bàn ăn lịch sự đúng chỗ của nó.

giữa những tan vỡ mù loà
ký sinh tư tưởng
ký sinh thể chế
ký sinh hệ thống
ký sinh cả những tinh thần giáo dục
những kẻ hiểu biết
những virus lây lan
hay những vũ khí mang gương mặt lãnh đạo
ra tay cứu giúp toàn cầu

Mùi của nghèo hèn khốn đốn
mùi của bạc nhược hôi tanh
mùi của cái ác

mùi của lòng tham thối rữa
những mũi dao
hay những viên đạn định kiến
giết hại nhau
lầm lạc

Ký sinh
trong những căn hầm đầy bóng tối
chứa tội ác âm ỉ
ký sinh những linh hồn
cả những vật chất
không thể hiểu nguyên lý tồn tại của nó

ký sinh những linh hồn
của sự giàu có tham lam.

Đường biên giới hay không

Đó là hội thảo cuối cùng của Lyly trong thời gian trước dịch bệnh nổ ra. Có đường biên giới trong sáng tạo nghệ thuật và viết hay không? Chủ đề này luôn đặt ra những câu hỏi về gía trị nhân văn cũng như các chính sách của chính trị xã hội đương đại.

Đường biên giới cơ học dường như không có trong liên hiệp và nó mở ra những cơ hội kết nối cũng như sự chia sẻ các giá trị văn hoá một cách đa dạng và mang đậm tính màu sắc truyền thống đan xen cùng lịch sử phát triển. Đường biên ấy mở rộng ra ở tinh thần của các nghệ sỹ, có thể là giá trị toàn cầu như nhân quyền và quyền được sống, chết cùng với nhân phẩm, sự lựa chọn của mình hay những giá trị cảnh báo về một đời sống đương đại nhiều rủi ro, bất trắc. Những người bạn của Lyly từ khắp nơi về đây, từ những người tị nạn vượt sóng, thoát khỏi những cái chết giữa những cuộc nội chiến, giữa những rượt đuổi… họ có một tương lai khác, sự hiện hữu khác giữa những tiếng nói khác, trong tiếng nói của mẹ đẻ luôn lặng im. Lyly có những cảm hứng sáng tạo mới từ những cuộc gặp gỡ này.

Virus không có đường biên giới, chúng lây lan từ vùng địa lý này đến vùng địa lý khác, qua các đường di chuyển sân bay, người từ vùng này đến vùng khác và cứ thế nhân lên phủ rộng ra toàn cầu, trên khắp trái đất. Luật biến đổi khí hậu ra đời để cùng nhau làm xanh tươi lại trái đất, làm sạch môi trường sống và ánh sáng tự nhiên, thì cơn sóng virus biến dịch này như một đòn giáng xuống loài người thức tỉnh trước những đáng sợ do từ chính con người, bệnh dịch của con người bởi bàn tay đen, bởi những bộ mặt trí huệ huỷ diệt. Virus sẽ sống chung cùng chúng ta như mỗi mùa cúm hay các dịch bệnh khác. Chúng ta cần vaccine, cần thuốc men điều trị, cần sự cảnh giác cao hơn. Bảo vệ chính mình hay bảo vệ giá trị không đường biên. Không có virus nào có thể xoá bỏ hay triệt tiêu giá trị của tự do và dân chủ, cũng như giá trị cơ bản của con người, cùng các di sản văn hoá.

Những virus thông tin cũng không có đường biên giới, chúng đứng sau những gương mặt, những đôi bàn tay trước màn hình, làm đảo lộn và tan rã thế giới. Lyly không thể quên trong cuộc đời của cô, lần đầu tiên đến cảnh sát là lần đầu tiên cô gặp phải những hacker làm tàn lụi toàn hệ thống máy tính cá nhân trong gia đình cô.

Trường của Eric cũng bị một nhóm hacker ở cạnh liên hiệp đòi mua những thông tin và chia sẻ máy chủ. Cảnh sát liên bang vào cuộc. Nơi của những nhà khoa học là nơi hoành hành của chúng để ăn cắp thông tin và các dữ liệu nghiên cứu, biến đổi thành những công trình như những vũ khí chứ không phải vì con người và vì nhân loại trong những lúc khó khăn.

Một thế giới rủi ro, bởi những kẻ nghèo khó hơn, nghèo khó cả tinh thần chứ không đơn giản vật chất, những ảo tưởng, bởi những mặc cảm tự ti, bởi những tội lỗi trong bóng tối. Không có đường biên nào cả. Chúng ta chỉ nhìn thấy đường biên qua các lục địa hay màu da. Làm thế nào để xoá đường biên ấy trong một thế giới vẫn còn nhiều virus, những ký sinh.

Chuyến bay của Hưng giữa bão dịch virus

Như thường lệ, Lyly thức dậy giữa đêm, cô mở máy tính để viết. Nhận được tin nhắn của Hưng báo rằng, Hưng đang ở Stanbul, chờ chuyến tiếp để bay về Rome. Lyly vô cùng cảm động trước sự vượt khó của cặp đôi tình yêu giữa bão dịch ở Ý, chia cắt đôi ngả. Tình yêu là tất cả, đó là những gì cô viết cho họ khi Nina chia sẻ với cô.

Họ sẽ trở về bên nhau, cạnh nhau ngay cả khi cái chết gần kề và nhìn những cái chết hàng ngày nhiều hơn ở đất nước của họ. Đó chính là quê hương, nơi trái tim người đàn bà luôn chở che yêu thương Hưng. Hưng đã nhận ra, tình yêu thời tuổi trẻ của mình ở nơi này là vĩnh viễn. Quê nhà xa xôi như những hoài niệm tưởng sẽ là mãi mãi, nhưng tình yêu mà Nina dành cho anh mới chính là những giá trị ấy, sự hiện hữu ấy, không gì đánh đổi được.

12h bay đến Stanbul, chờ tiếp 10 tiếng nữa để bay đến Rome, đến Rome chờ tàu 3 tiếng để về Milan. Nina chờ Hưng ở gare. Họ gặp nhau bao xúc động, Nina khóc tràn trề nước mắt nhưng họ phải đứng cách xa nhau, không ôm hôn, không nắm tay như thường lệ. Hưng kéo 2 valys to lặng lẽ. Chưa bao giờ anh cảm thấy yêu thương nơi này đến thế, anh đã trải qua gần 40h hành trình từ nhiều nơi khác nhau để về ngôi nhà xưa của họ trong nhiều năm, mà họ đã đi xa hơn 10 năm sống ở một nơi khác.

Mọi khoảng cách xã hội có thể cứu sống mỗi người

Một thế giới kết nối đã dừng lại chăng? hay những thử thách về những đường biên giới của tâm trí, tinh thần? Một thế giới phẳng toàn cầu đang biến mất?

Con đường mở ra những khoảng cách rộng hơn hay co lại của những hẹp hòi đang xâm lấn. Bành trướng và ăn những con cá nhỏ bằng những ác ý cơ học, những thô bỉ trơ tráo. Chúng tao sẽ cho chúng mày chết với những diện tích nhỏ bé, số dân ít. Chúng tao sẽ ăn chúng mày bằng những virus máy tính, thông tin và bệnh dịch. Chúng tao sẽ gặm chúng mày chết dần chết mòn. Nhưng chính nghĩa và giá trị của loài người chưa bao giờ sợ hãi trước những bạo lực ác nghiệt.

Lyly sợ hãi những con số mỗi buổi sáng lúc 11h và lúc chiều muộn 19h. Đó là thời gian thông báo số lượng người nhiễm bệnh tăng lên và số người qua đời ở trung tâm sức khoẻ quốc gia cũng như thời gian phát đi chính thức của các báo. Toàn thế giới nhìn nhau, đọc tin tức của nhau trong ái ngại. Nhưng có những kẻ ẩn nấp rình mò nhau hả hê và vui sướng. Chủ nghĩa tư bản và những giá trị nhân văn được tạo nên dành cho con người nhân loại, không phân chia ai, không phân biệt ai ở lục địa nào đang rơi vào những cái bẫy của chúng để bành trướng của thói trơ tráo, bẩn thỉu và hẹp hòi.

Những ngày biệt lập, đóng cửa, là những ngày nắng lên, rất ấm. Lyly làm vườn, dọn dẹp, cắt bỏ những cành cũ, già, trồng hoa mới. Thiên nhiên luôn tử tế và công bằng với chúng ta, đến với chúng ta lúc cần thiết, như lúc này, nắng lên sẽ đánh bại virus, sẽ diệt hết chúng sớm. Các bạn nhỏ tự chơi, tự học và đọc sách, nghe nhạc. Chúng lúc nào cũng nhiều năng lượng và khoẻ mạnh. Mỗi ngày, Lyly gọi điện cho mẹ 15 phút, không ai dám đến thăm nhau cả, nhất là đối với người già ngoài 65 tuổi.

Trong vòng 2 tuần, 155 nước bị nhiễm virus.

Chúng ta đang sống trong những ngày lịch sử, lịch sử của những cái chết từ bệnh dịch, virus, lịch sử của những khoảng cách, từ chính người thân trong gia đình, lịch sử của những quy ước, quy ước rửa tay, quy ước đeo mặt nạ, quy ước không gian 10m2 trong siêu thị, quy ước 1, 5m. Quy ước giữ gìn cho nhau từ chính mình. Quy ước ở nhà. Nhà trở thành nhà sau rất nhiều năm, chúng ta coi đó như một nơi chốn đi về, chỉ để ngủ hoặc để nghỉ ngơi. Bây giờ chúng ta tận hiến với nó, sống với nó 24h, làm việc 24h, chơi cùng con mọi giờ… nấu ăn đủ 3 bữa. Nhà không gian của chính sự cứu rỗi hay tình yêu, sự gắn bó trở lại gần nhau hơn, ấm áp hơn. Có thể nào xa cách khi thời gian dành cho nhau dù khoảng cách bằng quy ước.

Chúng ta đang sống trong những ngày lịch sử, lịch sử của những quyết định, sự chia sẻ từ chính phủ và của liên hiệp. Những quyết định khó khăn nhưng mạnh mẽ, những quyết định để cứu sống những người đang hấp hối, những sinh mệnh đang trước những khó khăn của bệnh dịch khi chúng ta chưa có thuốc chữa, chưa có vaccine phòng chống, những quyết định bất ngờ và rõ ràng, minh bạch.

Chúng ta đang sống trong những ngày đáng sống, những nhịp đập cùng nhau, hướng về nhau, nghĩ về nhau. Nghĩ về những lục địa chia cắt, những đường băng tạm ngưng, những chiến thuyền không lênh đênh trên biển, những chiếc lều ở công viên… những rủi ro rình rập, những bất trắc… Sự thay đổi thế giới, sự thay đổi trật tự, thay đổi người lãnh đạo toàn cầu. Những virus, những ký sinh trùng có thể sẽ thay đổi theo các trục và bằng mọi cách len lỏi. Và lịch sử sẽ chuyển động.

Trước giờ lockdown thành phố và toàn quốc vào lúc 12h trưa

Lyly đi sang siêu thị lúc sáng sớm 8h mở cửa. Cửa hàng bánh mỳ bên cạnh vẫn mở, mọi người xếp hàng đợi, ai cũng đứng xa khoảng cách đúng như quy định, tiếng nhạc hát khe khẽ ở khu mua sắm vang lại. Như thói quen, Lyly kéo chiếc giỏ đen. Vắng vẻ nhưng hàng hoá vẫn chất ngất giấy vệ sinh, các nhân viên tấp nập xe đẩy hàng xếp vào các ngăn. Cô chọn trái cây là chính vì cả nhà ai cũng ăn nhiều trái cây. Mua sữa nữa, Lyly thích sữa, cô có thể uống cả lit sữa liền một lúc, sữa để uống trà và cafe hàng ngày. Cô đi qua tất cả các khay hàng như thói quen bình thường, ừ cầm thêm vài túi gạo, mua thêm vài gói đồ ăn Nhật trong hộp để tủ đá. Thế là đủ. Lát nữa, Arthur sẽ đi mua nước. Gia đình Lyly uống nước đóng chai chứ không uống nước máy từ vòi sử dụng trong gia đình. Nước đóng chai thì pha trà cafe cũng ngon hơn, như cô cảm nhận được và không có nhiều canxi cặn lại. Mọi người trong siêu thị đứng khoảng cách theo quy định. Mỗi người một quầy trả tiền. Ai cũng điềm đạm, không khí vẫn yên tĩnh như mọi khi dù nhân viên tấp nập hơn.

Trời nắng và ấm áp, vài hôm nữa sẽ sang xuân. Đường phố vắng dù thi thoảng có những người vẫn chạy bộ, dắt chó đi dạo. Cảm giác thanh bình và vắng vẻ hơn dù nơi này bao nhiêu năm sống vẫn như thế, cây cối nhiều hơn người, màu xanh kín đặc. Lyly xách 2 túi nặng đi về. Chào người hàng xóm ở khu bên cạnh. Hỏi thăm chị dọn dẹp khu nhà ở bên. Ở những tình huống có vẻ đặc biệt hơn thì mọi thứ vẫn chuyển động, hiện hữu và hiện sinh. Không có lý do gì để lời chào biến mất, âm thanh tự nhiên biến mất. Chưa bao giờ hoa nở sớm nhiều như thế, rặng anh đào bên đường sáng hồng bừng không gian. Những bông hoa mận trắng rơi trong gió nhẹ, có một buổi sáng như thế.

Khoảng cách đã giúp cho chúng ta hiểu ra nhiều hơn những gía trị sống ở một thời đại mới, giữ gìn cho nhau và người thân, giữ gìn những điều tốt đẹp khác. Hơn bao giờ hết, khoảng cách nhìn thấy nhau ở mỗi người từ mỗi căn nhà thật đẹp biết bao. Sự kết nối ở tinh thần chứ không phải cơ học nhìn thấy. Nó có thể mạnh hơn hoặc yếu hơn. Nó có thể nhấn chìm đi những điều tốt đẹp khác khi chúng ta không thể nhìn thấy, chạm thấy. Nó có thể là cơ hội để những kẻ xấu chia rẽ nhiều hơn.

Ngăn chặn hay miễn dịch tập thể? Ngăn chặn sẽ giúp cho việc người chết giảm đi, chúng ta cứu sống được nhiều người hơn, dù thiệt hại nền kinh tế. Ngăn chặn có thể chết từ 1.600 đến 8.000. Miễn dịch tập thể có thể lên đến 80 đến 90 nghìn người chết.

Những ban công, giàn giao hưởng của những khúc ca hy vọng

Cứ mỗi lúc chiều tối, Lucie chạy lại hỏi Lyly mẹ ơi, mấy giờ rồi? đến giờ ra ngoài ban công chưa? Lyly thường xuyên chia sẻ thông tin với các bạn nhỏ nên họ luôn có thói quen hợp tác, làm việc cùng nhau cũng như các hoạt động chung. Cô gái nhỏ rất hào hứng trước sự kiện này buổi tối.

Lyly ra ngoài đứng, đèn sáng bên nhiều cửa sổ, thời gian này, các gia đình ít kéo rèm hơn, có lẽ họ cần tương tác bên ngoài nhiều hơn khi ở nhà, ngay cả khi đêm tối xuống. Bắt đầu cũng có người mở cửa, ra ngoài đứng. Có người đứng bên khung cửa lớn. Có người ra rồi vào. Lyly bắt đầu vỗ tay và tăng dần lên. Lucie cũng thế. Họ bắt đầu nghe thấy những tiếng vỗ tay khác mà không thấy rõ ở đâu cả. Thì ra rất nhiều người tham gia, có thể bên toà nhà bên cạnh nhà Lyly, có thể các khu vực khác xung quanh. Bắt đầu nghe thấy những tiếng hát nhẹ nhẹ và những tiếng hú không ồn ào… Arthur tham gia cùng. Eric ở trong nhà, Lyly biết, anh ấy đang cười vui vì 3 mẹ con tích cực đồng hành. Ngay từ khi dịch bệnh nổ ra, chưa đến ở đây, Lyly đã chia sẻ rất nhiều thông tin cho bạn bè, đồng nghiệp cùng mọi người thân. Có người còn nhắc đừng lo lắng và hoảng loạn. Lyly biết, cô luôn cẩn thận và chu đáo trước mọi biến cố, không thể lường trước.

Một khoảnh khắc tuyệt vời, chúng tôi hướng đến các bệnh viện, nhà thương, các bác sỹ, y tá, những người phục vụ cho đợt dịch bệnh này, bằng những tràng pháo tay cổ vũ bên những ban công đầy ánh đèn. Một giàn giao hưởng của buổi chiều tối lockdown và những chiều tối tiếp theo, sẽ hát, sẽ vang lên những khúc ca hy vọng của tình yêu và niềm tin chiến thắng dịch bệnh này.

We love our country and EU.

We stand together.

20h mỗi tối cho đến hết kỳ lockdown.

Khủng hoảng và dịch bệnh chứ không phải các kỳ nghỉ

Sau khi ăn sáng, Lyly dọn dẹp dưới bếp. Bọn trẻ làm vệ sinh cá nhân, thay quần áo.

Arthur đến bên Lyly hỏi: Mẹ ơi, hôm nay chúng ta có đi thăm bà không?

Không, chúng ta không thể thăm bà lúc này cho đến hết kỳ khủng hoảng vào đầu tháng 4, con trai.

Nhưng chúng ta vẫn có thể ra ngoài chứ?

Hạn chế đến mức có thể, chúng ta phải ở nhà, Lyly trả lời.

Arthur bật khóc, con muốn thăm bà. Rồi đi vào phòng đóng cửa lại.

Lát sau, Lyly gõ cửa phòng Arthur. Cậu bé đang ngồi sau cánh cửa. Lyly ôm con trai. Chúng ta đang trong thời kỳ chiến tranh, chiến tranh chống dịch bệnh chứ không phải kỳ nghỉ như bình thường, một kỳ nghỉ đặc biệt, con hãy nhớ thời gian này để tiếp tục sống. Chiến tranh này không phải bom đạn hay súng, mà là chiến tranh của bệnh tật, có rất nhiều người chết, đang hấp hối. Chúng ta phải ở nhà để bảo toàn cũng như giúp người khác không bị lây lan. Chúng ta phải thực hiện đúng lệnh của chính quyền và chính phủ. Con hiểu không? Mọi chuyện sẽ qua mau, chúng ta có nhiều việc để làm khi ở nhà. Chúng ta học hát buổi sáng, nghe đọc truyện, bây giờ con có thể tập viết thơ và ghi chép nhật ký. Mẹ cũng thế, đang hoàn thành tác phẩm tiếp theo. Bố rất bận rộn cho việc nghiên cứu, không ai ngưng nghỉ cả nhưng phải ở nhà con trai ạ. Virus phát tán rất nhanh và nguy hiểm dành cho tất cả chúng ta, không loại trừ một ai, kể cả người khoẻ mạnh.

Thế mà, ở xung quanh họ vẫn sửa chữa khu vui chơi và làm việc như những ngày thường. Lyly vẫn nghe thấy tiếng máy trải nhựa. Có lẽ, đó là những người hiếm hoi nhất làm việc lúc này, ngoài trời.

Những chiếc quan tài di chuyển trong đêm

Cả thành phố bàng hoàng giữa đêm những chiếc xe tải quân đội lầm lũi chở người chết, những chiếc quan tài đi trong đêm khuy tối. Số lượng người chết ở đất nước của Nina tăng lên không ngưng lại sau những ngày đã đóng toàn bộ đất nước. Số lượng người bị nhiễm cũng không hề giảm chút nào. Chuyện gì đang xảy ra ở đây? Có phải hoá chất hay thuốc độc đang ngấm dần trong các cơ thể già yếu kia hay những người bị dính bệnh từ lâu mà không hay biết?

Nina và Hưng gặp nhau mà không thể vui hơn, không thể hạnh phúc hơn, dù bên nhau. Họ không dám nhìn vào bản tin, màn hình. Họ không dám đọc tin tức. Chiến tranh chiến tranh ư. Hưng nhớ lại ký ức lớn lên từ trong chiến tranh Việt Nam năm nào và dân tộc anh đã bị chia rẽ sau những ngày giải phóng, sau những năm được thống nhất, họ vẫn như thế và chia rẽ với toàn thế giới, đứng ngoài nhân loại. Hơn bao giờ hết, Hưng cay đắng nhận ra, số phận của mình, còn duy nhất tình yêu, tình yêu của Nina, giữa những cuộc chiến khác nhau, cô ấy như một chân trời để anh tìm đến nơi này và bây giờ lúc tuyệt vọng nhất, cũng chỉ có cô ấy ở đây, bên anh.

2 người chết đầu tiên vào tháng 2. thiếu mặt nạ, thiếu khẩu trang y tế. Lyly không thể tưởng tượng được trong sự đầy đủ này, lúc dịch bệnh diễn ra, mọi thứ trở thành chiến trường thiếu thốn và nguy nan.

Lyly nhận ra điều đó khi chính lục địa của cô gặp nạn. Những lãnh đạo chính trị họ làm việc với nhau, họ chia sẻ hỗ trợ cho nhau để không bỏ rơi nhân dân của họ, không sót một ai trên chiến trường bệnh tật. Nhưng chính những kẻ đang có may mắn, được hỗ trợ, họ gào thét, chửi rủa. Một thứ tâm lý của những thất thế, thù hằn, cộc cằn thô lỗ…

Khi vào những hoàn cảnh khó khăn hoặc bạn gục ngã, hoặc bạn làm liều. Nhưng tính cách của gia đình cô cũng như xã hội nơi cô đang sống, cho cô biết rằng, trước mọi khó khăn, họ tích cực hơn, tỉnh táo hơn và họ luôn tìm ra giải pháp. Bởi thế, xã hội nơi cô đang sống đó là giá trị của sáng tạo và giá trị không chỉ là vật chất hay văn minh, mà giá trị đóng góp cho những cải tiến mỗi ngày. Tại sao nơi này, họ không thiếu một cọng rau xanh Châu á xa xôi hay chai nước mắm, một thứ gia vị cô rất thích thú khi nấu ăn, kể cả các món tây truyền thống. Tại sao nơi này, họ đa dạng đến từng món ăn, từng hạt gạo trắng, bởi họ trân trọng những khác biệt trong một xã hội đa dạng nhiều màu sắc, họ chấp nhận những giọng nói khác, ngôn ngữ khác bằng tình yêu mở rộng… Trước dịch bệnh, mọi người đoàn kết hơn, chia sẻ nhiều hơn, họ mở rộng thông tin cho nhau, giúp đỡ nhau dù xa cách, dù không thấy mặt… Họ cảm thấy ấm áp hơn trước những đớn đau và biến cố. Mẹ cô như khoẻ hơn sau trận ốm của bố ra đi, vì có lẽ bà sẽ phải lo lắng chống chọi lại những khắc nghiệt này. Chưa có mùa xuân nào, nắng và hoa nở trong vườn mà mọi người chỉ lặng yên nhìn nhau trong xa cách.

Những ngày xếp hàng ở siêu thị

Hàng ngày Eric đi mua bánh mỳ mới cho cả nhà. Lúc nào hết rau tươi, Lyly sang siêu thị mua rau mới và trái cây. Mọi người xếp hàng yên lặng. Mỗi quầy tính tiền là phục vụ 1 khách hàng. Hình thành một thói quen mới cho sự ngăn nắp hơn, biết đợi chờ nhau nhiều hơn.

Mùa phục sinh lặng lẽ nhất thế kỷ

Lyly đã hình dung ra, sẽ kéo dài hơn lúc đầu kế hoạch dự định, là đến 2-3 tháng thì sẽ ổn định hoàn toàn nên cô biết rằng, năm nay, phục sinh sẽ không đi đâu cả, nhặt trứng trong nhà và gửi hình cho mẹ xem.

Mẹ gửi thư cho Lyly, chúc mừng các bạn nhỏ mùa phục sinh. Lyly đóng lại các giao tiếp, không liên lạc với ai nữa như chính cô đang lockdown trong thế giới riêng của mình.

Eric vẫn làm việc say sưa với dự án nghiên cứu của anh cùng các đồng nghiệp qua online.

Những đám tang không có hoa

Lyly mong sang tuần, các con số dừng lại, và mọi sự ổn hơn từ các nhà thương, bệnh viện, các nơi phong toả hết, để 2 tháng sau ổn định hơn và mọi thứ an lành hơn với mọi người.

những đám ma mọi người không thể nhìn thấy ngừoi thân lần cuối, không có hoa, không có lễ tân... chắc ai cũng sẽ hoảng hốt sau khi hết dịch bệnh, vì sao chúng ta có thể đi qua những năm tháng như thế này, chia tay trong cả những xa cách không thể gần để cứu lấy sự sống.

những người còn sống sẽ có thời gian để nhìn lại cơn sốc này, đến quá nhanh và đi quá vội vàng, nhưng chúng không thể cuốn hết tất cả yêu thương và tình yêu, sự gắn bó. có những kẻ đang hả hê nhìn nỗi đau nhưng những người có lương tâm và lương tri, họ thấy những đắng cay, chua xót.

Những mặt nạ hình trái tim

Em trai út của mẹ là một bác sỹ. Ông bị ung thư máu. 7 năm trước, khi phát hiện, ông phải thay máu. Từ đó, ông nghỉ làm ở phòng khám tư luôn. Nên từ nhỏ, Lyly cũng biết nhiều câu chuyện từ bệnh viện, nhà thương. Lúc dịch bệnh thế này, đọc tin tức hàng ngày, mặt nạ y tế thiếu, mặt nạ bình thường thiếu… Cách đây vài tháng, toàn liên hiệp gửi hết mặt nạ cho Hoa lan để giúp đỡ, bây giờ chưa kịp sản xuất và Hoa lan gửi lại giúp đỡ rất chân tình. Nhưng mặt nạ đó lại không đạt tiêu chuẩn cho bác sỹ phẫu thuật và những người trực tiếp với bệnh nhân như lúc này và bác sỹ có thể bị lây trực tiếp.

Những mặt nạ phẫu thuật lên đến hàng chục nghìn, rất đắt và hiếm hoi. Các bác sỹ dùng mặt nạ mỏ vịt dành cho chống dịch bệnh ở Châu Phi và họ bao thêm mặt nạ bình thường ở ngoài thành 2 lớp rất chắc chắn. Khó khăn cũng như sự bình đẳng dành cho tất cả mọi nơi, không kể giàu nghèo hay phát triển hay không phát triển vì mỗi nơi là những tiêu chuẩn khác nhau, những phương pháp khác nhau.

Gần 900 triệu người trên khắp toàn cầu, 35 nước ở nhà trong tình trạng lockdown để chống virus biến dị này. mùa xuân không còn trầm cảm nữa. mùa xuân không còn buồn nữa. mùa xuân này chống virus thôi. thời gian nghỉ ngơi của thế giới, của những người lao động bao nhiêu năm miệt mài để kiếm tiền, để xây dựng thế giới này.

Một nhân viên đã làm việc tại Bxl, tại Tổng cục Sáng chế và hỗ trợ công nghệ của Quốc Hội EU(ITEC) đã ra đi bởi COVID 19, người phát ngôn của Nghị viện đã xã nhận vào chiều thứ 2.

Không có thông tin nào có thể được chia sẻ bởi người phát ngôn vì lý do riêng tư.

Tin tức đánh dầu người ra đi đầu tiên được ghi nhận của một nhân viên EU trong bối cảnh đại dịch đã giết chết hàng ngàn người trên toàn thế giới, với phần lớn các trường hợp tử vong ghi nhận ở Ý cho đến nay.

Anh ấy chỉ vào viện sau 5 ngày, cái chết đến rất nhanh.

Tuần thứ 2 lockdown

Lần đầu tiên, những con số không ở mức báo động nữa, số người dương tính sau khi xét nghiệm ít hơn nhiều so với cuối tuần, số người ra đi chững lại. Giới chuyên gia đánh giá, chúng ta phải tiếp tục chiến đấu để không thể tăng lên nhiều, ý thức mọi người cần thực hiện nghiêm chỉnh về việc ở nhà, không ra ngoài các nơi công cộng không cần thiết.

Người đàn ông vô gia cư đầu tiên bị nhiễm virus, Lyly nhìn bản tin.

Ở nhà nhiều trong mức có thể, hạn chế tiếp xúc với những người cùng chung trong một mái nhà, giữa các thế hệ.

Lệnh giới nghiêm ngày càng căng hơn vì số lượng người tăng lên không hề giảm.

Siêu thị mở từ 7h đến 22h để giãn khoảng cách cho mọi người.

Các tiệm cắt tóc đóng cửa.

Số tiền bị phạt từ 250 euro đến 1.500, có thể vào tù vài tháng nếu không thực hiện đúng quy định.

Khắp nơi thiếu khẩu trang, khẩu trang cho y tế, khẩu trang cho người dân. Cả thế giới cần bịt mồm lại để tránh virus. Chưa bao giờ con người khốn khổ như thế. Quyền đi lại, quyền giao tiếp. Đóng lại. Lặng im.

Lyly nhận được thư của Nguyên từ Canada. Nguyên là bạn thân của gia đình Lyly. Anh là bác sỹ, có phòng khám riêng. Đồng nghiệp của Nguyên lây virus từ bệnh nhân và đã ra đi một cách nhanh chóng. Nguyên vô cùng choáng váng. Anh chứng kiến nhiều cái chết nhưng những cái chết từ dịch bệnh này anh chưa thể hình dung được, bởi nó nhanh đến vội vàng, không thể từ biệt.

Những tranh cãi chính trường không ngừng giữa lúc bệnh dịch thế này. Lyly mệt mỏi nhìn bảng tin, những dòng tin tức. Bao nhiêu khó khăn, bao vất vả của những người trong phòng thí nghiệm, bao cái chết. Và cũng bao điều vẫn tồn tại.

Đây là một cuộc chiến tranh, cuộc chiến của loài người trước sự đổ nát của thiên nhiên và con người, trước những rủi ro mà bấy lâu nay chúng ta mải miết xây dựng và kiếm tìm, quên đi chính bản thân mình, quên đi chính sự nhìn lại giá trị cần có là gì, sức khoẻ hay chất lượng sống, sự tối giản cần có… Lyly chán ngán những dòng người ùa theo nhau du lịch, dẫm đạp lên những thảm cỏ xanh hay những di sản đầy chữ viết để lại dấu ấn…. bao nhiêu người vác balo lên và họ lay lắt sống hết nơi này nơi khác, thiên nhiên là nhà của họ, họ sở hữu một cách tự nhiên nhưng không hề che chở cũng như không đủ giàu có để bảo vệ chúng, thiên nhiên bị tàn phá bởi quá nhiều thế hệ để lại, những tổn thương đứt mạch từ lòng sâu đất đai, những dòng sông, và đại dương…

Những người bị bệnh nặng được chở đi trên những chuyến tàu cao tốc, trong những toa tầu chật hẹp, người đầy dây dợ máy móc… một cuộc chiến âm thầm huỷ hoại chính con người, và các nước trong liên hiệp đoàn kết bên nhau…

Tiếp thêm 3 tuần nữa ở nhà hay ở nhà không một mình

Không dám nhìn vào bảng tin và con số, sau 24h, gần 1000 người ra đi. Số người tăng nhiễm tăng theo gấp số nhân ở khắp nơi. Thủ tướng UK dương tính sau khi xét nghiệm.

tiếp tục nín thở tháng 4, số người sẽ tăng lên bởi xét nghiệm nhiều hơn, rộng hơn, nhưng quan trọng chú ý là số lượng người nhập viện và được điều trị đặc biệt,

có nhiều người đã chữa khỏi và về nhà nghỉ ngơi.

cố lên những người anh em, và toàn liên hiệp,

mùa xuân, hoa nở sẽ khiến bọn virus xấu xí chết tươi.

Những thành phố trống trên toàn thế giới

Chỉ có tiếng chim của mùa xuân. Mọi người ở trong nhà ở trong nhà. Những thành phố trống. Newyork vốn đông vui như thế, cũng không có chạy xe ngoài đường. Các chuyến tàu điện xe bus không một ai. Tiếng chuông nhà thờ rơi vào thinh không.

nhiều khi thượng đế hay trời cho là điều tự nhiên là có thật và điều ấy chứng minh cho việc thuận tự nhiên là thế, sự chủ quan của con người chỉ là giới hạn và nên biết dừng lại giới hạn ấy. ước muốn thì vô cùng.

nên cứ hài hoà với chính vũ trụ của mình và tự nhiên, hài hoà với chính bản thể nội tâm của mình đầu tiên là như thế.

Lyly nhận được mail của MK từ Hoa Thịnh Đốn. MK là bạn cũ của Lyly, cưới chồng là cảnh sát. Họ có một căn nhà nhỏ giữa một khu đất rộng lớn, làm vườn và rất nhiều hoa. MK làm kinh doanh nhưng quan tâm đến nghệ thuật và viết lách vì thế, thi thoảng MK và Lyly liên lạc hỏi thăm nhau. MK viết:

Cả thế giới đang mỉa mai, quay lưng lại với Hoa Thịnh Đốn. MK cũng hiểu những hậm hực, cố chấp từ nhiều người. Những kỳ vọng bị đổ vỡ vào một đất nước tự do và giàu có tiền bạc, bao nhiêu gía trị mới cho nhân loại. Hay có một tổng thống mắc cười vì ông ta toàn nói những điều ngớ ngẩn trước truyền thông. Gia đình MK ổn cả.

Rồi cả thế giới sẽ biết ơn phương tây bởi cách minh bạch về thông tin, số lượng. Họ không giấu diếm những thiếu sót, những bất cập trước dịch bệnh. Họ rất tự nhiên và con người. Có ai biết trước mọi điều, biết hết mọi thứ. Phương tây thể hiện rõ *sự* thật về chính mình, *sự* không giả dối và không che đậy.

Tin tức và bệnh dịch ngày càng phức tạp, Lyly phải gọi điện cho bác sỹ tâm lý của cô. Ông khuyên cô nên nghỉ ngơi và ngưng xem tin tức trong một tuần. Những đứa trẻ còn rất nhỏ ra đi, khiến cho cô suy sụp. Chính con gái bạn của Lyly ở một thành phố khác, 12 tuổi, bị sốt sau 3 ngày và trở nên tồi tệ rồi nhanh chóng ngừng thở. Tất cả mọi người đều choáng váng. Người đàn ông đọc thông báo hàng ngày trên truyền hình, đã khóc khi đọc đến tin này. Anh ta không thể nói dài hơn nữa. Bắt đầu những cơn địa chấn tinh thần và sẽ còn lâu sau đó, khi bệnh dịch tạm ngưng lại hoặc có vaccine để đề kháng hay thuốc chữa trị.

Lyly có những linh cảm không tươi sáng lúc này vì số lượng người mất, cũng như những con số không dừng lại. Đó không thể là tự nhiên, đó như có bàn tay của ai đó đứng sau những cái chết hàng loạt, chĩa vào liên hiệp của cô và toàn thế giới. Cô chỉ tin vào linh cảm của mình, của một người nghệ sỹ chứ không phải nhà điều tra học hay tội phạm học.

Đoàn kết chống lại tin giả, bảo vệ các giá trị trước nguy cơ dịch bệnh

Hoa Kỳ và những chuyện khác, tiếng nói từ An Nam

Giữa dịch bệnh này, tôi quan tâm đến khắp nơi. Đầu tiên là quê nhà xa xôi bởi ngay cạnh nơi dịch bệnh lớn nhất ban đầu. Quê nhà ổn. Lúc nào cũng ổn như tinh thần đánh giặc du kích. Không ai có thể làm tốt hơn việc đó ở việt nam, cách ly hàng chục nghìn người tập trung. Tôi quan tâm đến người việt khắp nơi trên địa cầu, sự an toàn và tính mạng của mọi người. Người việt vốn cẩn thận và chu đáo, trước bệnh dịch mọi người luôn lo lắng và chủ động. Tinh thần khẩu trang, bảo vệ sức khoẻ rất tuyệt vời.

Tiếp đến mình quan tâm đến nơi mình đang sống, từ lúc dịch bùng phát từ xa. Vì mình hiểu rằng những cố gắng chia sẻ và giúp đỡ từ EU dành cho Trung Quốc, hàng hoá cũng như rất nhiều giá trị khác, như tinh thần nhân loại không đòi hỏi điều kiện nào, vì là dịch bệnh lây lan. Cho đến khi bùng phát ở chính nơi đây, mình hiểu ra nhiều chuyện hơn xung quanh đại dịch này.

Mình quan tâm đến nước Mỹ bởi đó là nơi gắn bó với mình từ thuở ấu thơ qua sách vở, từ những câu chuyện về các tổng thống mỹ cho đến lịch sử một dân tộc mới so với lịch sử mấy nghìn năm của phương đông hay một đất nước tạo dựng những giá trị khác biệt và thành công. Cho đến khi mình học dự án điện ảnh, học bổng từ Hoa Kỳ thì cuộc đời mình có những bước đi xa rộng hơn, dài hơn. Những giá trị và sự hành động, thực hành trong công việc cũng như cuộc sống, sự hiệu quả và năng động. Mẹ của ông nội ở đây là người Mỹ. Gia đình có lịch sử gắn bó với nước Mỹ dù văn hoá Châu âu và Mỹ hoàn toàn khác nhau như truyền thống hay lịch sử… Có thể vài năm nữa, nhà mình sang bên đó làm việc theo dự án nghiên cứu của chàng.

Nước Mỹ hay Phương tây trong cơn đại dịch này như một người có lòng tự trọng trước những biến cố bất thường đến, rất nhanh, một tai nạn. Và họ dám nhìn vào sự thật ấy, sự thật của những bối rối như thiếu vật tư, thiếu từ cái khẩu trang để bịt mồm, và trở thành cuộc chiến của khẩu trang, phải có khẩu trang và nếu như không có khẩu trang, là trở thành tội đổ cũng như chia rẽ ở đây. Chỉ vì cái khẩu trang mà khắp nơi người ta hầm hè nhau, chê bai nhau… trong khi đó đại dịch là lây lan nó không chỉ qua cái đường mồm hay cuống họng như thông tin tuyên truyền… Chuyện đó là bình thường, như bạn đang khoẻ mạnh, bình thường bạn có thuốc trong nhà không? Không ai trữ thuốc trong nhà khi mình là một người bình thường. Họ minh bạch người bị lây lan. Họ minh bạch số người người chết. Rất đau lòng là những con số ấy tăng lên hàng loạt, những cái chết hàng hoạt, dành cho mọi đối tượng, mọi lứa tuổi. Họ thừa nhận mất mát, họ chấp nhận và nhìn vào thực tế, để tiếp tục chống chọi và tiếp tục hy vọng, hy vọng những đường cong sẽ nằm xuống và bão hoà.

Và họ chấp nhận khó khăn, vượt qua những mất mát. Những thành phố vắng bóng xe cộ, vắng bóng người. Những chiếc xe cấp cứu hối hả. Những chiếc xe tang trắng không vòng hoa. Những bệnh viện di động dã chiến. Những khoảng cách tạo ra để lấy lại sự an toàn, sự sống. Dịch bệnh nó như những kẻ xấu xa đứng đằng sau dấu mặt không ai biết, nó ủ bệnh lâu ngày, không triệu chứng. Và nó lây lan nhanh hơn tốc độ của internet, như thông tin giả nhiễm vào những cái đầu đen tối, tạo thành những bóng đêm…. Nhưng những tiếng ca hay những nụ cười, tràng pháo tay của những tinh thần bất khuất trước cái chết, trước những tình yêu con người dành cho nhau, không e ngại, không xấu hổ… Họ nghĩ về nhau và tiếp ứng cho nhau bằng cách này cách khác… Những chuyến bay và những chuyến tàu xuyên biên giới giúp nhau giữa các nước trong khu vực… Bao nhiêu nơi giang tay ra với chúng tôi. Bao nhiêu nơi không bán vật tư cho chúng tôi mà tặng chúng tôi. Bao nhiêu người tình nguyện. Bao nhiêu câu chuyện hay đằng sau những cái chết, những đớn đau… Bao nhiêu những phòng thí nghiệm đang ngày đêm tìm ra những phương pháp điều trị mới, vaccine hay thuốc điều trị…

Và chúng ta nhìn vào gương mặt của hy vọng, của một em bé 2 tháng tuổi hay một cụ già 102 tuổi. Chúng ta nhìn vào sự tự hàn gắn hay chữa lành những thiếu sót. Sẽ là made in Hoa Kỳ hay made in EU. Sẽ là các gía trị như đã từng có. Sẽ là những hành động chống biến đổi khí hậu để trái đất sạch hơn sau cơn càn quét bệnh tật này. Made in từ những giá trị hay từ chính mỗi người ngày hôm nay, sẽ tạo nên một giá trị mới, giá trị của kết nối trong khoảng cách, giá trị của lòng tự trọng và tự vệ chính mình. Sẽ là người với người mở rộng những vòm ngực thở. Sẽ là như những người đang sống luôn cầu nguyện tốt lành.

Để lại bóng đêm của lịch sử, và sẽ không bao giờ quên năm tháng này.

90 nước trên toàn thế giới, nửa nhân loại locknown trong
nhà.

Virus hay đám đông. Sự lan toả giết chết các máy tính, hệ
thống kết nối online và internet hay những đám đông giữa
thời thông tin giả và những cuộc đấu đá chính trường.

Virus của đại dịch toàn nhân loại lan nhanh như tốc độ
hoặc hơn cả tốc độ virus của máy tính. Các đám đông
người giữa thời chiến hiện ra, những xấu xí và cả sự đoàn
kết thân ái, tình nhân loại bốn phương.

Những chuyến đi trong tưởng tượng tour online

Lyly không thể thực hiện hành trình phương đông như cô hằng mơ ước. Những ngày này, cô kết nối với các bạn khắp nơi qua mail, mạng xã hội để chia sẻ các thông tin cũng như các kỷ niệm với mọi người, nơi cô đã từng qua hay chạm đến trong những ý nghĩa, những tác phẩm của bạn bè.

An Nam, nơi duy nhất chưa có ai ra đi trong dịch bệnh này. Đó là đất nước kỳ diệu, trải qua những cuộc chiến, nằm cạnh Hoa Lan, An Nam có một chiến dịch vô cùng chu đáo và công phu để ngăn chặn dịch bệnh này.

Từ những cảng hàng không, họ xét nghiệm và cho cách ly hàng loạt.

Từ những người bị nhiễm, họ tìm ra những mối quan hệ liên quan F1, F2, như truy tìm dấu vết để theo dõi và cách ly tiếp.

Lyly biết những người bạn là nghệ sỹ hoặc các nhà thơ, nhà văn trẻ, họ năng động và hiểu biết thế giới bên ngoài hơn chính bản thân họ. Có lẽ, đó là một đặc tính cũng như cá tính một đất nước diệu kỳ, cô muốn đến thăm và gặp những con người ấy.

Phù tang, cũng ở Phương đông, một đặc thù khác bởi văn hoá và tính cách dân tộc. Chịu khó và kiên nhẫn, đẹp và buồn ở các tác phẩm văn chương, hội hoạ hay mơ màng giữa những mùa hoa anh đào của mùa xuân hay những núi tuyết trập trùng. Những ngôi đền thiêng. Phù tang bị khá nặng nề và họ lặng lẽ giải quyết đại dịch theo chuyên môn các nhà khoa học cũng như phong cách của họ, không ồn ào truyền thông. Họ đưa ra các thông tin lý giải thuyết phục được giới chuyên môn trên toàn thế giới. Virus trên các bề mặt, lan rộng. Điều này chính là mối nguy hiểm lớn gây ra số lượng người chết như hiện tại, một cuộc chiến âm thầm. Bạn thân của Lyly làm việc ở Tokyo. Gia đình cô ấy sống nhiều năm ở đó. Họ đều là giảng viên đại học và 3 đứa trẻ lớn lên ở Phù tang nhiều hơn quê hương gốc. Lyly nhận được mail và hình của họ thường xuyên về đời sống cũng như tin tức. Trong mùa đại dịch, họ cũng không có nhiều xáo trộn vì vẫn đi làm hàng ngày, trẻ con vẫn đi học và các thành phố không đóng cửa như khắp nơi.

Nhà
đoạn trích trong một cuốn sách về phong cách sống

Đến bây giờ tôi cũng hiểu tại sao hồi nhỏ mình *ước mơ* rất giản dị là *được ở* nhà *nấu nướng* và viết văn. Mình thích ở nhà. Dù có làm trăm công nghìn việc khó *ở* ngoài thì vẫn thích về nhà, *ở* nhà mình, nơi mình sống *thường* ngày. Có đi đâu xa *bước* vào nhà, thấy thật thoải mái và sung *sướng*. Bởi thế, mỗi khi đi làm về hay đi đâu *ở* ngoài, về nhà mình *như được* cởi bỏ mọi căng thẳng, mệt nhọc.

Tất nhiên, mình vẫn hay ra ngoài, thích ngoài trời nhưng *ở* nhà dù có nhiều hay lâu bao nhiêu cũng không sao với mình. Đi đâu *ở* ngoài lâu thì vẫn *cứ* phải về nhà mình.

Mình *ở* nhà khi bắt đầu làm các dự án tự do và độc lập. Đó là thời gian *dường như* nghỉ ngơi lấy lại năng *lượng* và *sức* lực, sự sáng tạo. Bắt đầu là ngủ. Dọn dẹp. Thu xếp nấu nướng những món mình thích, dù đơn giản nhưng phải ngon, dù ăn một mình vẫn thích nấu nướng. Ở nhà là thế. Là xem phim và đọc sách. Là viết. Dậy sớm và ngủ sớm nhất có thể.

Có bọn trẻ, *ở* nhà chăm sóc *được* bọn trẻ một cách tự do và khoa học. Có thời gian *tương* tác với trẻ, dạy trẻ nhiều thứ *từ* lúc lọt lòng. Đến khi bọn trẻ lớn hơn, thì *ở* nhà cho mình cảm giác chăm sóc và chu đáo mọi việc *từ* a đến z. Các công việc nhà cho mình cảm hứng và nhiều ý *tưởng* sáng tạo đến thi ca hay viết, chụp hình hay cách sắp xếp mọi suy nghĩ để thể hiện ra theo cách nào đó. Có lẽ *ở* nhà yên tĩnh nên não bộ năng động và nhiều sáng tạo.

Nhà có thể bừa bộn theo cách mình sống, theo phong

cách riêng nhưng phải sạch và phong cách. Đẹp tuỳ theo thẩm mỹ nhưng phong cách là quan trọng nhất *ở* nhà. Phong cách *từ* đồ đạc đến không khí ấm áp và *tự* do, thoải mái, ai *bước* vào cũng thấy không gian sống thân thiện *ở* đó, *sự* giao tiếp *ở* đó.

Nhà là thế, là gia chủ, là gia đình, là tình yêu toả ra phong cách *của* người trong nhà.

Nước Anh và những chuyện khác, từ mạng xã hội, những tiếng nói cuả lòng trắc ẩn

Từ những tác phẩm văn chương, những bộ phim, tôi yêu nước Anh từ bé. Học tiếng Anh sau tiếng Nga dù chả giỏi giang gì, nhưng những bài hát hay tác phẩm văn chương Anh thì lúc nào cũng rung động, đầy trắc ẩn. Bằng cách nào đó, văn hoá anh và tinh thần Anh gắn liền với chúng tôi. Khi tôi ở ngay trái tim Châu âu, nước Anh là hàng xóm của Bỉ, chỉ cách biển Bắc là chúng ta nhìn thấy nhau. Lịch sử Anh là lịch sử hoàng gia, lịch sử của quý tộc Châu âu. Lịch sử Anh là lịch sử của chiến thắng và anh hùng. Mọi người dân ở Bỉ đều học tiếng Anh từ những chuyến đi học ngắn từ thời phổ thông hay những khoá học dài hạn, cả đại học danh giá. Tôi thích trà đen của Anh và các loại trà từ Anh. Cho đến lúc có Brexit, tôi hụt hẫng rất nhiều, có phần buồn chán. Anh rất quan trọng với EU và có nhiều đóng góp cho EU về khoa học và các chính sách. Ngôn ngữ chung tiếng Anh ai cũng dùng. Và nước Anh ra đi trong nhiều tiếc nuối. Lịch sử là thế, dù bất trắc. Bao người trẻ đau lòng. Họ mất đi đường biên giới của văn hoá đa dạng. Họ phải có một tấm visa khác.

Ngày tôi được đón chào trở thành công dân Bỉ chính thức từ thị trưởng thì đó cũng là ngày chúng tôi tình cờ gặp những người bạn Anh ở đây, họ niềm nở nói chuyện với chúng tôi, thì ra họ làm việc tại ULB cùng với chàng, khoa Ngôn ngữ học. Họ tiếc nuối cho Anh khi phải rời EU, họ buồn cho nước Anh. Họ trở thành người Bỉ như tôi sau Brexit.

Cho đến lúc đại dịch. Chỉ từ tháng 3 thôi. Thiêu cháy

toàn bộ chúng tôi, trong mất mát, đớn đau. Chúng tôi đứng lên. Tự tin và tiếp tục chiến đấu. Nước Anh dù muộn màng hơn các nước Châu âu khác nhưng họ đẩy mạnh mẽ. Tôi lại yêu nước Anh. Đặc biệt hơn, chính lúc này Anh và EU lại kết nối lại với nhau hơn bao giờ hết, như anh em ruột thịt, dù đã cách xa bởi chính trị nhưng tình đồng nghĩa và tinh thần của người Châu âu chúng tôi không bao giờ bỏ rơi nhau. Ngay cả khi đã kết thúc xong Brexit, EU luôn xác định đón chào Anh như người anh em.

Mỗi ngày, nhìn những con số và kết nối, tôi lại thấy tràn đầy hy vọng, hy vọng của tình anh em, của lịch sử lại được kết lại cùng nhau trong những bất trắc. Chúng ta sẽ nhìn về phía trước để tiếp tục đứng lên, vì tinh thần Châu âu hay tinh thần của người Phương tây với giá trị như đã và luôn có về tự do, con người và vì con người.

Từ nỗi buồn nước Ý cho đến sự tiếc nuối của Anh, tôi đã tìm ra tiếng nói chung của sự thống nhất hay đoàn kết vì con người, vì cứu những mạng sống và sự ổn định trong một hệ thống giữa những khó khăn phải đứng lên hiên ngang. Tôi có một EU từ hôm nay, những gương mặt thành viên gần nhau hơn, tôi được biết nhiều hơn lịch sử từ chính cơn đại dịch này, thời đại sống của thế hệ chúng tôi như một cuộc chiến.

Thư trên mạng xã hội

Anh T.H có nhắn hỏi thăm tình hình bên mình và nhà mình. Nhân tiện thông báo luôn cho mọi người. Sở dĩ mình không nói đến dịch bệnh ở đây cũng như các bài viết cập nhật như nhiều người khác ở khắp nơi là vì mình thấy không cần thiết, nếu các bạn cần biết tin gì, thông tin ra sao, các bạn có thể tự tìm hiểu, mình không phải mõ làng cũng như một nhà báo. mình viết hay ở facebook là nơi chia sẻ đơn giản với bạn bè cũng như các thú vui trong cuộc sống, nhất là mọi người thấy đó, đại dịch cũng như mọi bất trắc khác ở khắp nơi và chúng ta cần thở và cần không khí trong lành để cùng nhau tiếp tục chứ không phải lên mạng để dày vò nhau hay làm này làm nọ. Thi thoảng mình viết phản biện một số chuyện là bởi mình cần chia sẻ rõ ràng về một thế giới bên ngoài có thật đó là con người với con người dù trong hoàn cảnh nào, hãy giữ lấy một tấm lòng hay sự tử tế có thể trong giới hạn bởi mình luôn tin, thế hệ mình hay những người trẻ hơn, có con nhỏ, các bạn chắc có nhiều tích cực cho sự thay đổi để cuộc sống tốt đẹp hơn.

Nước Bỉ nhà mình rất nhỏ, điều này luôn khẳng định trong lịch sử của họ, dân số cũng không đông. Số lượng trong đại dịch cũng nhiều nếu tính theo tỷ lệ. Nhưng điều đó không khiến mình lo lắng vì mình biết và hiểu cách làm của họ trong một hệ thống công khai và minh bạch. Bỉ dùng các chuyên gia tư vấn cho dịch bệnh lần này sau đó thì các nhà chính trị mới tham gia quyết định những việc như cách ly để đảm bảo sức khoẻ của nhân dân. Chính trị Bỉ dù phức tạp đến mấy thì người Bỉ khi hành động họ luôn thống nhất và rõ ràng. Bởi thế, họ quyết cũng rất nhanh và đúng hướng. Xét nghiệm nhiều thì tỷ lệ sẽ nhiều. Và họ luôn nói thêm, đó chỉ là những con số được thực hiện, còn thực tế khi họ chưa làm hết thì họ không khẳng định thêm điều gì. Những con số ấy minh bạch. Bỉ bắt đầu phát hiện sau kỳ nghỉ Canaval, mọi người từ miền Bắc nước Ý trở về. Từ tháng 1, khi dịch bệnh diễn ra ở Trung Quốc, Bỉ đã đón toàn bộ công dân trở về, lúc đó có 1 người Bỉ có vợ tàu là bị nhiễm và họ ra viện an toàn. Brussels nhà mình bị không nhiều như 2 vùng khác, có lẽ dân số ít và mật độ cũng thưa hơn, nhiều dân nhập cư hơn dân gốc. Bộ Sức khoẻ của Bỉ chi rất nhiều tiền để hỗ trợ cho thiết bị cũng như các dịch vụ chữa bệnh trong đại dịch này.

Nhóm chuyên gia khoa học gồm 5 người. Kinh tế 3 người. Luật pháp 2 người.

Về chuyện đeo khẩu trang, ngay từ hồi tháng 1, mình đi tìm mua khẩu trang thì toàn bộ khẩu trang ở Bỉ và Pháp cùng nhiều nước trong EU đã chuyển hết cho Trung Quốc. Châu Âu giúp đỡ họ trên tinh thần quốc tế rất nhiều. Chính vì thế, lúc này, EU bị nặng, họ giúp lại như một lẽ thường tình. Bỉ nhà mình không quán triệt việc đeo khẩu trang khi ra ngoài, mà cần giữ khoảng cách đúng mức, các nơi công cộng họ cũng thực hiện nghiêm như siêu thị chả hạn. Ngoài công viên hay đi xe đạp cũng thế, luôn có khoảng cách. Không đúng thì bị nhắc nhở hay cố tình thì bị phạt, phạt cũng nặng à, phải trả tiền trực tiếp…..có trường hợp cũng bị đi tù như chơi. Nhiều người họ vẫn trả tiền nhưng luôn được nhắc nhở là hãy vì sức khoẻ của bạn, điều này quan trọng nhất. Bỉ cũng mua được khá nhiều khẩu trang và dân đủ dùng cũng như cho các bệnh viện.

Nên bạn dùng khẩu trang hay không là việc bạn lựa chọn, nhưng phải cẩn thận để tránh hiểu nhầm. Nhà mình lúc này toàn *ở* nhà nên cũng không thấy cần thiết phải mua khẩu trang. Lúc các bạn nhỏ đi học, mình sẽ có ý kiến với nhà trường về những chuyện này.

Chuyện chữa bệnh *ở* đây. Những người bị nhiễm mà sức khoẻ bình thường, *ở* nhà tự cách ly, có sự theo dõi của bác sỹ. Số lượng bệnh nhân vào viện tăng là vì người già *ở* Bỉ khá nhiều, các đối tượng đa phần là có bệnh sẵn hoặc có một vài đối tượng đặc biệt phải ra đi sớm như những người trẻ... Người già *ở* đây dù *ở* trại dưỡng lão thì hàng tuần con cái hay cháu chắt cũng thường xuyên thăm hỏi nên họ bị nhiễm nhiều, chính vì thế khi dịch bùng phát, họ phải cấm việc thăm hỏi các nhà dưỡng lão. Con cái liên hệ qua điện thoại hoặc đến gần nơi, gọi điện cho bố mẹ *ở* ngoài cửa sổ. Họ huy động nhân lực cũng đông và giường bệnh thì không thiếu như *ở* nhiều nơi. Mình có nhiều trải nghiệm *ở* bệnh viện cũng như các trại dưỡng lão *ở* đây, an sinh *ở* đây nên mình rất hiểu, không có phàn nàn hay bình luận gì. Dù không ít các bạn Việt nam mình biết, họ đều cố tình hoặc bóp méo cách nhìn để áp đặt thiên kiến của họ, có bạn làm phim về trại dưỡng lão mà toàn kiểu là lên án xã hội hay nói gia đình không tốt mới để người già vào trại dưỡng lão... Họ không hiểu là người già Bỉ họ tự lập đến lúc nào không thể như bệnh nặng cần điều trị, hay lúc 90 tuổi họ mới cần vào trại dưỡng lão. Đó là một nơi như bệnh viện chăm sóc cho người già. Mà bệnh viện *ở* bên mình thì đúng là khách sạn 5 sao, tiêu chuẩn của họ như thế. Và số tiền chi phí *ở* trại dưỡng lão trả theo tài sản hay *lương* của bạn có, vì thế có người phải trả đến 3000 một tháng chả hạn nhưng có người có thể không phải trả đồng nào vì là người nghèo… Họ có nhiều nghiên cứu *ứng* dụng cho đại dịch này *từ* các trường đại học, các viện nghiên cứu khoa học và người Bỉ rất khiêm tốn và lặng lẽ, họ ít khi ồn ào khi những gì đang làm, chính vì thế, họ không dùng media để công bố này kia như các nơi là thế. Tiền chi phí cho vaccine cũng rất nhiều.

Đến lúc này, số người được chữa khỏi ra về an toàn cũng nhiều, số người vào viện giảm, vì thế đường cong sẽ dần bão hoà. Và các con số có thể tăng lên tiếp vì họ có chính sách xét nghiệm cho toàn dân Bỉ là hơn 11 triệu người trong vài tháng liền… toàn bộ tiền xét nghiệm *được* bảo hiểm trả. Họ sẽ *ưu* tiên trường học đầu tiên để trở lại bình thường và có thể kéo dài hơn tháng 6. Họ làm rất nhiều chính sách để giúp cho khủng hoảng và rủi ro mà đời sống vẫn như bình thường dù xáo trộn, và không ai bị đói. Những người nhập tị nạn đến đây *được* chăm sóc, *được* cung cấp đồ ăn hàng ngày chu đáo, *được* đến trường miễn phí như mọi công dân khác… Và có một người vô gia cư bị nhiễm, họ cũng *được* chăm sóc như thế. Có một chuyện rất hài hước là các nơi thiếu giấy vệ sinh, thì bên Bỉ nhà mình không lo chuyện đó mà là chuyện thiếu gà, vì lúc này các đàn gà khắp nơi chạy tung tăng, khó mà tìm về để ấp trứng, sinh con…

Nước Bỉ của tôi như thế, chả có gì to tát hay vĩ đại để làm rùm beng lên dù họ chả thiếu gì, mà cái gì cũng chất lượng. Toàn bộ đồ ăn châu á, *từ* nước mắm đến bánh phở, mình mua ở siêu thị tây, made in bỉ… các loại rau củ trên toàn thế giới có đầy đủ ở Bỉ, kể cả rau muống, mồng tơi… Nên những gì moi người đang nói làm thay đổi thế giới vì thiên nhiên hay *tự* nhiên, thì chúng tôi nói hàng ngày *từ* lâu lắm rồi, chúng tôi làm *được* rất nhiều thứ rồi… EU có cả một chiến *lược* dài cho mấy chục năm để chống biến đổi khí hậu nên nói ra thấy cũng không có gì ghê gớm cả. Đại dịch có thể dạy nhiều thứ mới cho nhân loại nhưng cũng chính đại dịch làm thức tỉnh nhiều người, nhiều nơi họ lúc nào cũng chỉ thuyết âm mưu nhìn người khác nghi hoặc trong đen tối… Còn chúng tôi nhìn thấy nó để nhận diện và hành động, để giúp chính đời sống này một cách ý nghĩa nhất, cứu người và mang lại những nghiên cứu ứng dụng.

Một cuộc càn quét nhân gian để tiếp tục hành trình mới, từ ngay lúc này. Bởi thế, tôi luôn viết và nói *từ* giọng nói của chính mình, sự hiểu biết có giới hạn của mình, dù có thể chưa đầy đủ nhưng tôi luôn học hỏi, phục thiện và cố gắng để hiểu mọi điều rõ ràng hơn, đúng như bản chất của vấn đề, câu chuyện. Và một nguyên tắc quan trọng là không phải chuyện gì cũng bình luận. Đó là tôi, một người Bỉ, gốc Việt, yêu tiếng Việt và quê hương tha thiết theo cách của mình.

Quyết định sống và chết, đạo đức của người làm bác sỹ

Những người chết trẻ, dưới 30 tuổi, ra đi nhanh như chớp. Chỉ vài giờ cấp cứu hay vài ngày vào viện ở phòng đặc biệt. Nhiều người già ở nhà dưỡng lão, tuổi cao hoặc đã có bệnh nền từ cũ như tim mạch, tiểu đường hay ung thư… số lượng rất nhiều và tăng lên từng ngày với xét nghiệm. Họ ra đi trong thanh thản, vì bệnh cộng với virus. Họ có thể từ chối máy thở. Họ có thể chọn cái chết khi biết mình có thể đớn đau hoặc sống còn trong thời gian ngắn ngủi với dịch bệnh này. Bác sỹ là người chứng kiến, đạo đức của họ cũng như đạo đức của người được nêu ra sự lựa chọn, bạn có thể ra đi, tuỳ bạn mong muốn, chúng tôi sẽ báo cho gia đình được biết. Cái chết của bạn hoàn toàn tự nhiên.

Nhưng trước một những cái chết cận kề, người bác sỹ phải tỉnh táo, để cứu giúp bệnh nhân của mình sống sót, dù ít ỏi thời gian, để chống lại những con số tồi tệ kia, chống lại đại dịch kia, chúng ta không thể đầu hàng, chúng ta sẽ tiếp tục chiến đấu. Đó là công việc và lương tâm của chúng tôi.

Những kỳ diệu từ dịch bệnh đến lockown toàn thế giới

Mọi người nghĩ về nhau những điều tốt đẹp và hy vọng để chữa được bệnh, cứu được người, để bảo toàn tính mạng cho những người tuyến đầu như bác sỹ, y tá, người chăm sóc. Mọi người trao cho nhau hy vọng, những lời ca, sự hưởng ứng thiết tha, để mỗi ngày nhìn thấy tình yêu nhiều hơn, sự tử tế nhiều hơn từ những người không biết, xa lạ, từ những người đang cháp chới giữa cái chết và sự sống.

Những nhà máy về mặt nạ, các thiết bị y tế ra đời, để đáp ứng đủ nhu cầu cho mọi người.

Những phòng thí nghiệm về vaccine, các nước hỗ trợ nhau, tinh thần đoàn kết của mọi quốc gia.

Dẹp được những tin rác, tin giả, tìm ra được tội phạm và giải pháp cho những bất ổn xã hội.

Đoàn kết đoàn kết đoàn kết.

Tự nhiên và thiên nhiên trở về chính mình, môi trường sống không bị ô nhiễm, bầu khí quyển trong veo.

Một tác phẩm của Sulaiman, sự im lặng của ngôn ngữ mẹ đẻ

Đó là một tiểu thuyết gia người Anh gốc Phi, đã từng tị nạn ở Sudan rồi lớn lên với tuổi thiếu niên ở Arab Saudi, đến London trong tình trạng không biết một chữ tiếng Anh nào. Hiện tại anh ấy sống ở gần nhà Lyly cùng gia đình. Một con người nhiều năng lượng và một trong những kỳ lạ của văn học di dân hay văn học tị nạn. Một người đứng lên bằng tình yêu với ngôn ngữ cũng như tình yêu với đời sống của tự do.

Một trích đoạn trong tiểu thuyết của anh nói về sự chia sẻ của tình yêu. Trong đêm tân hôn, cô gái nằm giữa chồng mới cưới của mình và anh trai. Một đoạn rất ngắn đầy sức nặng trong một bối cảnh của những người tị nạn của thế kỷ 20 và cả thế kỷ 21 hiện nay hay một đời sống có những góc khuất và không thể bình luận nào có thể phù hợp. Giá trị của tình yêu vẫn y nguyên như thế. Đẹp đẽ và lặng lẽ.

Một cuốn sách khác của Viet Thanh Nguyen

Những lúc cần yên tĩnh, Lyly đọc tác giả này. Ông ấy là một giáo sư văn chương tại đại học của Hoa Kỳ, với giải thưởng danh giá nhất của văn chương Hoa Thịnh Đốn dành cho tiểu thuyết đầu tay về một tình báo viên trong cuộc chiến năm xưa của Mỹ và An Nam. Văn chương của Nguyen là văn chương của học thuật, văn chương của sự chín chu và lý luận. Anh viết bằng lý trí như những công thức chuẩn mực để kể câu chuyện của mình, và nó kéo dài ra bằng cảm xúc của người trong cuộc hay một đạo diễn tài năng thu xếp cho các diễn viên của mình diễn xuất thật kỳ công.

Ở cuốn sách này, là các truyện ngắn về những người tị nạn, trong ký ức của gia đình ông hay thế hệ của ông, một thế hệ tị nạn lớn lên ở một đất nước giàu có nhất, nhiều giá trị nhất về tự do hay sự độc lập, khẳng định tài năng. Chính ông là một tiêu biểu của những con người ấy. Nhưng truyện của ông không buồn không vui, nó được kể ra theo một cách trình diễn chứ không kể lể, vì thế người đọc thấy mình ở đó, cảm nhận được, nhìn thấy được những tình huống, con người khác nhau… Họ không bị lối kể hay lối viết lên án, đòi hỏi đạo đức, đúng mực hay chân lý trùng trùng… Cuộc đời như thế, mỗi người là một khúc biến tấu khác biệt, ngay cả trong hoàn cảnh như nhau, cá tính và chất lượng con người cũng hoàn toàn khác.

Một bản nhạc về 2 cô gái yêu nhau

Trong các chuyến đi dài, chạy xe oto nhiều giờ, Eric hay mở nhạc mà Lyly say sưa. Những ngày ở nhà, không đi đâu xa được. Eric mở lại bản nhạc ấy, bản nhạc Lyly thích nhất để hình dung những chuyến đi trong tưởng tượng. Âm nhạc luôn kéo cho tâm hồn con người thấy rõ nỗi cô đơn hay nỗi buồn của mình ngay cả khi không thể nhận ra giữa những ồn ào. Những ngày nay, mọi việc như thường ngày mà cũng khác thường ngày. Lyly quần quật dọn dẹp, rồi đọc sách, viết lách, đi xe đạp và chơi thể thao với các bạn nhỏ. Lyly dần quên đi thế giới sôi động vốn có của cô, những cuộc gặp gỡ hay những kết nối. Cô dường thu gọn lại trong yên lặng.

Hoa nở khắp nơi. Khu rừng nhỏ trước nhà, hoa mận trắng xoá. Bởi lockdown, thành phố sạch hơn, bầu trời trong như nước mỗi buổi sáng, không khí rất nhẹ nhàng, tươi mát.

Siêu trăng mọc ngay cửa sổ phòng ngủ của Lucie. Cô bé háo hức đợi trăng di chuyển đi mới vào giường. Và không như mọi khi, trăng sáng Lyly thức trắng đêm, lần này, cô mê mệt ngủ chìm giữa không gian của ánh sáng trăng tròn và khung cửa kính lớn cạnh phòng. Cô không hề nhớ đây là những ngày trăng bởi cô mê mệt ngủ, mê mệt mơ chứ không ác mộng. Những giấc mơ rất lâu rồi cô không nhìn thấy như thế. Eric cũng nhận ra những thay đổi rõ ràng từ Lyly trong lặng lẽ.

Vật lý trị liệu ở phòng đặc biệt hay những người dọn dẹp trong bóng tối

Mẹ gọi điện báo, Lea làm tại bệnh viện AZ tại thành phố trong đợt dịch bệnh này đã mất. Cô tiếp xúc với nhiều bệnh nhân nặng tại các phòng đặc biệt, phải dùng máy trợ thở để giúp các bệnh nhân thoát khỏi tình trạng hiểm nghèo. Cô ấy cũng là bác sỹ vật lý trị liệu cho các bệnh nhân này. Sau 2 tháng làm việc cật lực, cô nhiễm virus và ra đi rất nhanh trong một tuần. Lea 32 tuổi. Em họ của Lyly.

Ở bệnh viện, có những người không bao giờ xuất hiện đó là những người làm khử trùng, dọn dẹp những căn phòng bệnh nhân đặc biệt, sau khi họ được chữa khỏi hay sau khi họ ra đi. Họ làm việc cật lực, căng thẳng, trong cả sự sợ hãi bởi rất có thể họ bị nhiễm. Cái chết rình rập ngay sau cánh cửa kia.

Tình hình ngày càng nặng nề hơn bởi tin tức khắp nơi về đại dịch, về người chết, về những bất thường của đời sống hay những rủi ro của muà vụ, công việc của những nước nghèo hơn… Ngay tại NY của Hoa Thịnh Đốn, họ không thể chôn từng người mà chôn những chiếc quan tài cùng nhau trong một đường ray rất dài. Không thể hình dung được, họ có còn tên tuổi hay trở nên vô danh, như những cái chết thời dịch bệnh lây lan.

Yoga Reiki

Trong tủ sách của gia đình, Lucie tìm thấy một cuốn sách của ông nội Lyly trên giá, ông là nhà báo và Lyly rất gần gũi với ông từ nhỏ. Đó là cuốn sách về thiền của Phù tang cùng với các trị liệu yoga để tìm đến nguồn ánh sáng trong tâm hồn và sự nhẹ nhàng của cơ thể. Lyly bắt đầu luyện tập trong những ngày này như một cách giúp bản thân tìm đến zen một cách khác, mới mẻ hơn với chính bản thân cô.

Tiếng nước chảy bên phòng khách róc rách hàng ngày, vườn trước nhà hoa bắt đầu bung nở. Hàng mận trắng ở bên cánh rừng cạnh con đường nhỏ vào nhà. Lyly thấy tất cả sự chan hoà của tự nhiên và bản thân cô trong những tĩnh lặng này.

Reiki, vẻ đẹp của tâm hồn Phù tang hay sự tĩnh lặng trong suốt đầy ánh sáng.

Lối thoát ở bên trong, zen hay thiền để tìm thấy kết nối từ chính bản thân.

Về cuốn sách của Agota Kristof

Lyly đã đọc trong lúc chờ các bạn nhỏ ở học viện âm nhạc và hội hoạ. Trong kỳ lockdown này, Eric bắt đầu đọc. Arthur và Lucie vô cùng thích thú các đoạn viết về người bà kỳ lạ trong thời chiến, thời chiến không tiếng súng mà là sự giao tiếp của con người, một cách đỗi bình thường và thương mến nhau trong một gia đình hay một bối cảnh xã hội từ điểm nhìn từ một người gốc Hung. Tác giả viết bằng ngôn ngữ di dân của mình bằng tiếng pháp, luôn ở thì hiện tại.

Lyly hình dung thời chiến của Agota ở thế kỷ 20 và đại dịch thế kỷ 21 lúc này, có phần tương đồng ở bối cảnh. Bên cạnh những người chết, những mất mát, đớn đau, là cuộc sống diễn ra bình thường như vốn có, diễn ra trong những căn nhà, những gia đình. Đâu đó, ngoài kia, là những cuộc ẩu đả, những bất ổn thường trực... mà các nhà chính trị, xã hội phải lo lắng giải quyết những hậu quả nhìn thấy và sau đó.

V, trích trong tiểu thuyết của Lyly

V bị trầm cảm. Đi bác sỹ và dùng thuốc nhiều năm. V công khai với gia đình, bạn bè thân thiết. V không mất ngủ, không buồn không vui. V nhận biết trong tâm trí và não của mình, có nhiều lỗ đen, nhiều lỗ trống. Đó là lý do V bị bệnh.

V ghét thi ca. Bởi viết lách nói chung với V là vô nghĩa. V đã từng thử. V viết hay, tình cảm, đầy khát vọng. Đó là điểm V hấp dẫn nàng cùng với những sắc sảo về các vấn đề chính trị xã hội, dù V cực hữu, nhưng nàng không ghét V điểm này. Nàng hiểu V. Mỗi khi chán cái thế giới nàng đang sống mỗi ngày trên những trang viết, nàng lại nhớ đến V, nhớ đến sự từ bỏ mà V dội vào nàng. V như thế trong đời sống của nàng, lặng lẽ.

Những lỗ đen trong V thì nàng nhìn thấy, nhận ra ngay lần đầu gặp V, nói chuyện với V. V để cao cảnh giác với nàng, khách sáo và khoảng cách. Nàng biết, V đang không tự nhiên. V đang lảng tránh những lỗ đen trong đầu V hiện ra trong vầng sáng. Những lúc thế này V xấu hổ, tự ti. Những lỗ đen thường là bí mật riêng tư. Như nàng, nàng sử dụng nó như một mỏ quặng để viết. V không đủ sự mạnh mẽ ấy để lấy nó ra, V sợ hãi, ngại ngùng. Nàng không như thế. Thế giới của nàng đa phần là những khoảng trống, nàng chui vào đó, lặng lẽ và an nhiên, một mình, cô độc, nàng sảng khoái.

Một lần, trong khoảng trống ấy V hiện ra hát bolero, thứ nhạc thời thượng của một thời chia cắt và băng giá. Hồi nhỏ, nàng lén lút nghe. Nó não nuột, ủ ê như những nỗi buồn của những yếm thế, đớn đau, của những yếu đuối.

Càng về sau, nàng càng xa dần những thứ như thế trong cuộc đời nàng. Nàng sống giản dị, lui về cái đời thường hàng ngày, không sa vào chữ nghĩa học thuật và tranh luận. Những lỗ đen trong V quẫy đạp mỗi khi chạm vào những chuyện này, chuyện quá khứ, chuyện dân tộc, chính trị. V thích chơi đàn như bao gã trai lớn lên thủa ấy. Mà cứ ai chơi nhạc cụ ấy nàng đều ghét, nhưng với V nàng kệ. V cho nàng một khoảng cách vừa đủ để khỏi chạm vào những dây thần kinh nhạy cảm của nhau, khỏi phải hờn giận nhao. Thế mà V đã khóc. Khóc như một người không phải là V hiện hữu. V luôn cho rằng V mạnh mẽ, đàn ông tính. Gương mặt cứng cỏi và đôi mắt lúc nào cũng thách thức, phải chăng đã làm V ảo tưởng sức mạnh của chính mình. Nhưng V là người có trách nhiệm, hiểu biết. V có nhiều suy tư, nó đè nặng V, đời sống của V đến mức V không thể vui, mà cũng không buồn, như một kẻ vô cảm chuyên nghiệp.

V gọi nàng là chị, như cách gọi lịch sự mà V quy ước. Nàng buồn cười lắm. Thế là nàng xưng tên, gọi tên. Nàng thích gọi là V như tên thật trong giấy khai sinh. Nàng mê hoàng đạo, hỏi V ngày sinh nhật, thì V nói lẩm cẩm, dở hơi. V ghét mấy thứ đó. Nàng là đàn bà âm tính mà, đâu có dương oai làm việc lớn đâu, nàng tin những thứ như thế, như sự dự cảm của nàng về thế giới, về những biến đổi. Có lúc, V khiến cho nàng xa cách hơn để khỏi nhớ V. Nhưng V vẫn hiện lên ở đó, vẫn ân cần với nàng.

V chăm chỉ uống thuốc hàng ngày. và tin vào sức mạnh của thuốc. Nàng thì tin rằng, V cần yêu một người đàn bà hay cần một người ở bên V, lắng nghe V, chiều chuộng sự cứng cỏi của V, khích lệ V. Nhưng làm gì còn thứ đàn bà âm tính phù du ấy trên đời dành cho V. V cũng không mê mẩn gì đàn bà. V có phần phân biệt, khoảng cách. Trong gia đình nàng, nàng đã chứng kiến những người đàn ông trầm cảm và tự tử. Chết bằng súng. Những họng súng tự tay bắn vào sọ của mình. V cũng tin vào những cái chết. Nàng luôn nghĩ về những cái chết như sự hồi sinh sức mạnh của sự sống. Khi quyết định chết nghĩa là xác định sức mạnh rời bỏ những nỗi đau, rời bỏ cả sự giàu có, hạnh phúc để được là mình trong cô độc. Nàng luôn tin ở những người tự chết, chết vì bản thân hơn là những cái chết tự nhiên, bệnh tật. Họ là những kẻ thành thật nhất trong những hoảng loạn, những lúc tâm thần không tập trung nhưng đủ sức mạnh bấm cò và lên nòng.

V lo âu về sự đóng băng của loài người trong vô thức. V không thừa nhận sự buồn bã hay thất vọng của mình. Sự đóng băng ấy với nàng đã là sự chia rẽ, sự mất kết nối thật lòng của nhiều thế hệ được sinh ra lớn lên ở dân tộc ấy, không gian ấy, không gian tiếng Việt. V ghét tiếng Việt, khinh miệt thứ ngôn ngữ tàn tụy này, nghèo nàn này. V không giỏi tiếng Việt như tiếng ngôn ngữ thứ 2 của mình. Nàng thì yêu miên man tiếng Việt, thứ tình yêu bản năng, thường hằng, vì nàng viết nó, sử dụng nó, không có tiếng Việt nàng đã chết, đã vui đâu đó thân xác này. Nàng đớn đau nhiều ở nơi tồn tại thứ ngôn ngữ ấy nhưng sự cay đắng cho nàng sức mạnh, sự hồi sinh phải sống nếu tiếp tục sống. Khi nào không thể nữa, nàng sẽ tự chết với chính bản thân mình. Đó là cách nàng chọn. V duy lý nhiều nên V sống bằng bổn phận, hoàn tất nó chu đáo. V và nàng đối lập nhưng gần gũi. Chấp nhận và tôn trọng nhau tuyệt đối. V ủng hộ Trump và cho rằng lão ta thành thật dù thô lỗ, đó là cách người Mỹ muốn. Người Mỹ chắc gì đã biết họ muốn gì, đằng sau chính trị là tài phiệt, là đô la, họ chi trả cho những cuộc vận động như thế. V vận động cho Trump và V chiến thắng. V tin đó là sự trưởng thành dân chủ của người dân. Người dân có thực sự trưởng thành không hay đều hy vọng hão huyền vào những con bài chính trị. V cũng ngây thơ tin điều ấy. Nàng thì tin Trump thắng từ khi hắn gọi thành phố của nàng là ổ chuột, một năm trước đó khi khủng bố nổ súng ở Châu âu. Trump có khí chất của người Mỹ, năng động, thô lỗ, vẻ thành thật không đạo đức, không khiên cưỡng nhưng đó là chất của người giàu mới, những kẻ đi lên bằng thương mại. Nhưng nàng hy vọng khác Trump ở thế kỷ này, thế kỷ hướng đến con người và nhân văn nhiều hơn sự xôi thịt, tiền bạc. Thế giới chia rẽ quá nhiều, phân biệt quá nhiều. Các nhà chính trị có sứ mệnh gìn giữ sự ổn định bền vững ấy mà phương Tây đã tạo dựng trong suốt 1 thế kỷ qua, thế kỷ 20. Người ta không thể nhìn thấy những chiếc thuyền chở người từ những vùng đất chết đến những nơi mới đầy khác biệt, người ta không thể ngồi nhìn nhao khi bao thân phận dưới bom đạn từ những phe phái khác nhao. Nước Mỹ không còn của riêng Trump nữa, nước Mỹ của phương tây và của thế giới này, khi cần bình yên. Trum một đứa trẻ Song tử, thì nàng biết rằng, Trump còn nhiều trò làm cho người khác nhảy tim ra khỏi lồng ngực, hồi hộp, sợ hãi và mất cân bằng.

Và nàng giật mình sợ hãi, V đang chống lại toàn thế giới, sự nỗ lực gắn kết. V lắng nghe những than thở, và cho đó là những kết quả tồi tệ từ những giá trị nhân bản. V quên đi những thứ lớn hơn đồng tiền bát gạo, những tâm tư, những giá trị được tạo dựng và tìm kiếm. V bị thần kinh. Nàng hoảng hốt. Nàng phải xa rời V.

Một hôm V hỏi nàng có bị trầm cảm không? Nàng thì đã xoá V ra khỏi bộ nhớ. Sau một cơn giật mình.

Một tháng 4 rất chậm chạp trôi qua hay 1 tháng đã đi qua lockdown

Tuần thứ 2 của tháng 4 số người ra đi giảm xuống dù chậm, số người bị nhiễm giảm đi một nửa vì được xét nghiệm với một số lượng lớn ở các nhà dưỡng lão và các trung tâm xã hội…

Trường học có thể sẽ không trở lại sớm sau kỳ nghỉ phục sinh, kéo dài sang tháng 5, mùa hoa lyly, kể cả dịch bệnh chững lại, giảm xuống… thì lúc này, càng cẩn trọng hơn trước những nguy cơ bùng phát tiếp theo. Vì thế, cần thời gian để tiếp tục ở nhà ở nhà, để điều chỉnh ý thức mọi người tốt hơn, thực hiện nghiêm hơn và tìm ra những giải pháp hiệu quả hơn, số lượng người được xét nghiệm sẽ tăng lên đáng kể để giảm đi số lượng người bị nhiễm và phải vào viện.

Sẽ mở cửa các cửa hàng đồ dùng gia đình và các vườn ươm, cây giống để cùng mùa xuân phát triển cho người nông dân và làm vườn.

Trại dưỡng lão và các trung tâm xã hội dành cho người khuyết tật được đón người đến thăm, đặt lịch hẹn, chỉ 1 người, và người đó không có triệu chứng gì trong vòng 14 ngày gần nhất. Người yếu thế, người già là đối tượng được quan tâm, cần giao tiếp chứ không phải cô lập họ trong hoàn cảnh này.

Chuyện mặt nạ có cần thiết thực sự hay không, vẫn là một câu hỏi và nhiều tranh luận, theo lời khuyên của chuyên gia là chúng ta cần kiên nhẫn để tiếp tục tìm câu trả lời tốt nhất. Và để thực hiện tiếp lockdown thật tốt trong vòng 3 tuần tới, chúng ta tiếp tục ở nhà và thực hiện các khoảng cách xã hội theo quy định cần thiết, đứng xa 2 met ở các không gian công cộng như siêu thị, nhà thuốc, nhà sách…

Tháng 4, không có một cơn mưa nào, nắng như mùa hè tháng 7. Nhiệt đới buồn ở xứ sở hiền hoà trong thế kỷ này. Thời gian không thể nào quên được những gì đang trải qua, đi qua như để đánh thức chúng ta, loài người trong một thế giới toàn cầu kết nối, thì cũng là trong thế giới toàn cầu rủi ro, dịch bệnh.

Lý giải về con số của người ra đi về đại dịch

bao gồm trong nhà dưỡng lão, những người bị nghi nhiễm và bị nhiễm cùng với những người bỏ lại cuộc sống trong bệnh viện trong tình trạng nguy kịch. Đó là những con số minh bạch, rõ ràng. Theo nhà virus học thì họ cần mở rộng xét nghiệm cũng như đưa con số những người chết bị nghi nhiễm và bị nhiễm ở trại dưỡng lão trong khả năng có thể để nhìn thấy mức độ của bệnh này cũng như đại dịch. Đó là cách tốt nhất trong khả năng có thể để họ tìm ra những nghiên cứu thực chất cho đại dịch cũng như tìm ra những quy luật, giải pháp trực tiếp. Chuyên gia về chính trị học cũng đồng ý với quan điểm, chúng ta không theo thuyết âm mưu để ngập ngừng chính trị đan xen. Chúng ta tôn trọng con người và vì sức khoẻ cộng đồng, sức khoẻ của con người là trước hết.

Những đám tang cô đơn. Hạn chế người đến viếng thăm. Không có chia tay lần cuối cùng.

Nước mắt trong lặng im.
Con xin lỗi mẹ
Con xin lỗi cha
Con không được phép ôm hôn lần cuối cùng
Con không được phép nắm bàn tay lần cuối cùng
Con không được phép đến gần
Đứng xa 1.5m
Hạn chế người đến viếng thăm
Những vành hoa trắng lặng im
Lễ tang lặng im
Lễ tang cô đơn
không thể khóc thành lời

Con xin lỗi mẹ
Con xin lỗi cha
Ký ức buồn của thế kỷ
của loài người
nhưng cái chết không chia lìa chúng ta
không cách xa chúng ta
chúng ta thức tỉnh
để yêu thương hơn
để sống mạnh mẽ nhiều hơn
Con sẽ gặp mẹ cha
ở thiên đường trong suốt

Con sẽ gặp mẹ cha
cùng trái tim và nhịp đập
sự thanh thản và bình yên
ở cõi vĩnh hằng.

Cuộc sống vẫn tiếp tục trong những nỗ lực để vượt qua đại dịch

Lyly đã tìm mua được khẩu trang cho mọi người ở hiệu thuốc. Siêu thị vẫn mở và luôn đầy đủ mọi thứ. Mọi người làm việc tích cực hơn. Mùa xuân luôn nhiều hoa tươi, trái cây đầu mùa sớm... Những khó khăn có thể ở khắp nơi nhưng Lyly luôn nhìn thấy điểm nhìn mới, những đốm sáng như hết rau xanh thì ta ăn củ, ăn chip... Giấy vệ sinh không phải là vấn đề nơi cô sống như truyền thông đồn đại. Mọi người vẫn đi chợ trong sự thư thái không vội vàng, dù có thể mua nhiều hơn, lựa chọn nhiều hơn, giá cũng đắt hơn vì không có giảm giá để tránh mua tích trữ...

Bao kẻ hả hê, đắc thắng trước cuộc khủng hoảng, trước những cái chết hàng loạt như một cuộc chiến tranh khốc liệt trong giường ấm, đệm êm... nhưng chúng ta đã đứng lên, đã giải quyết được những khó khăn, tìm ra giải pháp về thiết bị y tế, về sự đoàn kết hỗ trợ nhau, một liên hiệp không biên giới, không chỉ là thương mại kinh tế hay văn hoá đa dạng, mà là một khối đoàn kết nhân văn, vì giá trị con người như chúng ta đang hành động.

Sinh nhật trên những ban công nắng

Tháng 4 là sinh nhật bạn thân nhất của Arthur. Cả nhà Lyly đạp xe đến nhà bạn, bấm chuông cửa và trao quà tặng. Bạn thân của Arthur vô cùng bất ngờ. Arthur nói là quay trở lại ban công đứng, cả nhà mình hát sinh nhật. Thế là họ có một bữa tiệc sinh nhật đúng khoảng cách trong những ngày này, đầy nắng giữa những mầm xanh. Arthur vô cùng hạnh phúc.

Trong những ngày không đến trường, các bạn hay gửi bưu thiếp qua hòm thư ở nhà hoặc các video về các hoạt động ở nhà. Các thầy cô ở trường chuẩn bị rất nhiều chương trình online dành cho các học sinh.

Bố mẹ làm việc ở bệnh viện, những đứa trẻ dũng cảm

Bởi đại dịch, mẹ làm việc với các bệnh nhân, bạn của Arthur vắng mẹ trong vòng 2 tháng và chắc sẽ kéo dài tiếp theo cho đến lúc hết dịch bệnh. Có đứa trẻ cả bố và mẹ đều là những người chăm sóc bệnh nhân, chúng được gửi đến trường từ sáng sớm 6h30 đến chiều muộn về nhà, với sự giúp đỡ cuả các tổ chức xã hội…

Những đứa trẻ dũng cảm trong một cuộc chiến với đại dịch, nhiều người chết và tất cả phải ở nhà trong sự an toàn, khoảng cách.

Từ Aline đến Comme un interdit

Christophe, nghệ sỹ cùng thời với bố mẹ Lyly, hát tiếng
Pháp, ra đi bởi bệnh dịch này. Lyly nhớ những giai điệu
mà tuổi thơ cô hay nghe ở radio.

Dù đại dịch virus chúng ta cũng không thể quên Biến đổi khí hậu

Các chương trình của Liên hiệp về Biến đổi khí hậu trong năm sẽ hoãn lại để chống đại dịch lúc này. Lyly cũng trì hoãn các dự án nghệ thuật của cô cùng với Green Deal. Virus là tạm thời, ở thời điểm này còn Biến đổi khí hậu là hậu quả đã thấy cũng như tương lai của thế hệ sau, chúng ta không thể bỏ qua hay vì virus mà đánh mất các chính sách lâu dài, bền vững vì trái đất này, và không thay đổi lựa chọn một hành tinh khác. Chúng ta chấp nhận những thiệt hại và tiếp tục xây dựng, hoàn thiện những sai sót từ lịch sử.

Bởi đại dịch, thế giới ngưng hoạt động trong vài tháng, tự nhiên được là chính mình trong vũ trụ này, các loài vật trong rừng tràn ra các trung tâm thành phố, biển xanh trong các voi, cá heo lượn khắp nơi, các màu hoa đậm màu hơn, đẹp hơn... rừng trở nên yên tĩnh như vốn có.

Cùng nhau ở nhà, chương trình Công dân toàn cầu để ủng hộ WHO và các người chăm sóc bệnh nhân

Đó là các nghệ sỹ cùng nhau hát, truyền thông điệp đến đại dịch và những người đang thực hiện chăm sóc bệnh nhân ở các bệnh viện.

Arthur và Lucie đều thích Angele, ca sỹ trẻ hát tiếng Pháp, ở trường ai cũng biết. Trong lễ hội tháng 3 đã huỷ là Arthur và cả lớp sẽ hát một bài hát của Angele về Bxl.

Angele biểu tượng của nữ giới và những người phụ nữ trẻ cuả thời đại. Lucie rất ngưỡng mộ cô ấy.

Sống chung cùng virus

3 giai đoạn ngắn như 4/5, 18/5 và 8/6

Dần dần nới mở phong toả và cuộc sống xã hội trở lại với các quy định nghiêm ngặt về khoảng cách xã hội, đeo khẩu trang và vệ sinh rửa tay.

- Mở các khu công nghiệp và các nơi làm việc trong khả năng có thể.

- Đeo khẩu trang ở các nơi công cộng như tram,bus, các siêu thị, shop…

- Mở các cửa hàng như gia đình, sửa sang nhà cửa… quần áo,

- Trường học và các quy định, 10 học sinh trong lớp, mỗi học sinh 4m2, giáo viên 8m2,

- Bảo tàng và các nơi văn hoá công cộng

- Thăm gia đình, bạn bè.

- Các khoá học vẽ, học nhạc, nghệ thuật sân khấu đều hoãn lại đến tháng 9.

Bài học rửa tay 12 bước và đeo khẩu trang đúng cách

Arthur bao lần khóc như mưa bởi cách rửa tay không đúng và không sạch sẽ như Lyly thấy và yêu cầu. Arthur thích để móng tay dài hơn một chút nhưng nó luôn dơ bẩn. Lyly đã vài lần quát mắng về chuyện này, đó là những điều ngoài ý muốn cũng như không phải cách Lyly luôn đối xử với các bạn nhỏ. Nhưng tay bẩn luôn làm Lyly khó chịu vô chừng. Sau hơn 1 tháng ở nhà, Arthur đã hiểu ra và thực hiện tiến bộ hơn. Lucie là một sự mẫu mực về sự sạch sẽ và vệ sinh.

Khẩu trang nào cũng không sờ lên bề mặt, luôn rửa tay trước khi đeo khẩu trang. Khẩu trang vải thì cần giặt ở nhiệt độ cao, 60 hoặc 95 độ, nếu giặt ở chế độ 40 độ thì phải là ủi sau đó. Khẩu trang y tế, dùng một lần và bỏ đi đúng cách vào thùng rác. Trong túi của Lyly mỗi lần ra ngoài, có thêm vài cái bao bì giấy để giữ khẩu trang vệ sinh.

Triệu chứng Kawasaki

Arthur sốt hơn 38 độ. Mắt lim dim nằm trên giường. Lyly ở bên cạnh con trai. Cậu bé bắt đầu thấy lạnh hơn. Bàn tay tím tái. Bàn chân co quắp lại và móng chân cũng tím. Không như mọi lần Arthur ốm dù có lúc bị cấp cứu. Lyly gọi Eric hoảng hốt.

Cậu bé tiếp tục sốt và mắt lim dim. Eric cởi áo cho con trai. Da nó bắt đầu đỏ lên và từng đợt nổi ban. Lyly nhìn thấy những thay đổi rõ rệt trong cơn ốm này. Cô quyết định gọi điện cho cấp cứu.

10 phút sau, xe cấp cứu đến, còi inh ỏi ở ngoài nhà. Eric chạy ra mở cửa. Arthur vẫn lim dim mắt và không còn sốt cao nữa, cũng không còn tím tái chân tay.

Họ mang Arthur đi, Lyly ở bên trả lời các câu hỏi của y tá trong chiếc xe cấp cứu. Họ kiểm tra lưỡi của Arthur, không hề đỏ như quả dâu tây. Có thể không phải như dịch bệnh Kawasaki như trẻ em đang mắc. Arthur hay bị dị ứng phấn hoa mỗi khi mùa xuân đến. Đã từng cấp cứu vào viện khi 1 tuổi.

Lyly đã quen với cảnh cấp cứu cùng 2 bạn nhỏ. Cô khá bình tĩnh và tỉnh táo. Cô giải thích khá chi tiết các triệu chứng và hỏi bác sỹ có phải Kawasaki không? Họ chưa có kết luận gì. Sẽ theo dõi thêm vài ngày nữa khi Arthur ở lại viện.

Khi người đàn ông khóc trong mùa lockdown

Trở về nhà sau mấy ngày ở bệnh viện cùng Arthur, Lyly cần nghỉ ngơi một chút để lấy lại năng lượng. Cô ngủ và sau đó là sẽ trồng hoa mới trong vườn mùa xuân.

Lyly đang làm vườn, trời nắng, nhiều gió. Lucie chạy ra gọi mẹ ơi, Papa khóc.

Lyly chạy vào phòng, Eric đang nằm trên giường. Arthur ở bên cạnh. Nước mắt Eric chảy xung quanh má.

Lyly vào phòng tắm rửa tay. Rồi đến bên giường. Eric lau nước mắt trên mặt, mỉm cười nhẹ nhõm.

Lyly hiểu những ngày này không dễ dàng chút nào. Eric vốn hay ra ngoài đi bộ, thích thiên nhiên. Thế mà đã 7 tuần trôi qua, thực hiện đúng lệnh của chính phủ và chính quyền, họ chỉ thi thoảng đạp xe quanh gần nhà hay đi bộ trong vòng 30 phút. Eric vẫn làm việc online nhưng Lyly biết, anh không hề thoải mái. Đồng nghiệp của Eric cũng bị ốm, phải vào viện. Tâm trạng của chồng rơi vào trầm cảm. Hơn lúc nào, lúc này, Lyly cần chăm sóc gia đình nhiều hơn, chú ý tâm lý của từng người, dù họ luôn bên nhau, trò chuyện hàng ngày.

Lyly nói với Eric, sau đợt này, anh nên đến bác sỹ tâm lý như định kỳ. Em sẽ luôn bên anh, quan tâm anh nhiều hơn. Chúng ta sẽ tập Reiki cùng nhau. Eric nắm chặt tay Lyly, ôm cô thật chặt. Lúc nào, Eric cũng cần Lyly như nguồn sức mạnh vô hạn của anh.

Một cuộc sống khác và mới sau đại dịch

Bắt đầu những ngày mở khoá. Đeo khẩu trang ở các nơi phương tiện công cộng như tram, bus, metro, các chuyến tàu, nhà gare… Bắt đầu tìm dấu vết trong cộng đồng theo các chỉ số xét nghiệm ở từng cá nhân. Một cuộc càn quét mới để tìm rõ nguồn gốc dương tính virus để hạn chế lây lan. Lyly đã mua đầy đủ khẩu trang cho cả nhà, gel và găng tay. Một cuộc sống khác và sẽ nhiều thay đổi khác, để thích ứng và để nhận rõ mọi chuyện bình thường đang diễn ra trong mùa đại dịch.

Có những dự đoán để hy vọng, và luôn luôn hy vọng như sau giữa tháng 5, sẽ ngưng lại số người chết hay tháng 9 sẽ hết đại dịch ở đây, đến tháng 12 thì sẽ ngưng hoàn toàn ở khắp nơi. Lyly sẽ bắt đầu dự án mới với khẩu trang và găng tay để trình diễn và đọc thơ.

Tháng 5 của hy vọng, của những cột mốc sẽ vượt qua. Mong manh như hoa linh lan trắng muốt tinh khiết. Để nhìn thấy cả mùa ánh sáng tiếp theo trong năm.

Không quên đại dịch này để chuẩn bị tốt cho hiện tại cũng như tương lai, chúng ta có những kinh nghiệm để chuẩn bị thật tốt, vượt qua những khó khăn.

48 ngày giam cầm đã đi qua và lịch sử những ngày mở khoá

Tin tức trong tờ Buổi chiều và TV có nói, các chuyên gia đã chuẩn bị cho phương án làn sóng thứ 2 của đại dịch quay trở lại sau những ngày mở khoá sắp tới.

Ngày đầu tiên, 4 tháng 5.

Tâm trạng Lyly háo hức. Bất ngờ phút cuối cùng của ngày chủ nhật hôm qua là khẩu trang được bán trong siêu thị và như một phương tiện bắt buộc dành cho nhân dân khi tham gia phương tiện giao thông công cộng. Hôm nay, cũng là ngày các nhà máy mở cửa trở lại cùng các khu công nghiệp, các cửa hàng vải để phục vụ cho việc may khẩu trang….

Chính phủ lúc nào cũng gay gắt trong hậu trường, căng thẳng với truyền thông báo chí nhưng họ là những người không mang quyền lực ra để thể hiện cá nhân ích kỷ mà họ thực hiện, hành động một cách hiệu quả. Các đảng phái không giống nhau về mặt tổ chức và ý tưởng nhưng họ kết hợp lại với nhau khi cần thiết, đảng xanh đại dương lo việc làm cho nhân dân, đảng của bộ trưởng bộ y tế lo nguyên liệu sản xuất khẩu trang, đảng của vùng tiếng pháp lo nhà máy… họ kết hợp với nhau tạo thành sức mạnh, giá trị để phục vụ đất nước, nhân dân một cách thiết thực.

Trong lúc ăn sáng, Lyly nói với Eric, em sẽ làm một vòng metro, bus để ngắm nhìn mọi người sau hơn 40 ngày lockdown. Cuộc sống đang dần dần trở lại. Một tuần được dự báo thời tiết là trời nắng, không mưa, đầy ánh sáng.

Cũng từ hôm nay, công dân có trách nhiệm ghi lại những người mình gặp, những nơi mình đến để khi được xét nghiệm thì có yêu cầu chia sẻ, thông báo với nhóm chuyên gia quản lý rủi ro.

Lyly mua khẩu trang trong siêu thị, mỗi người được mua 2 chiếc. Made in liên hiệp. Lyly làm một expo trong vườn nhà với cây và hoa cùng khẩu trang. Một triển lãm online diễn ra trong mùa mở khoá.

Ngày thứ 2,

Nắng mùa xuân hơn 20 độ, mùa hè đến sớm ở đây. Những chuyến đi xa đều không chắc chắn lúc này. Trường học của 2 bạn nhỏ sẽ mở cửa nhưng lớp của Arthur hay Lucice có thể không trở lại như trước. Một mùa nghỉ thật dài như những năm các bạn chưa đến lớp mẫu giáo. Mà cũng thành thói quen rồi, hàng ngày Arthur và Lucie tự học ở nhà, chơi cùng nhau. Mỗi buổi chiều, đi dạo ở công viên gần nơi sống của gia đình tầm 30 phút. Cuộc sống dần trôi qua thành thói quen như những phản xạ có điều kiện. Tối nào lúc 20h, 2 bạn cũng vỗ tay ở các ban công, chơi nhạc. Arthur vẽ tranh cảm ơn các cô chú các bác chăm sóc ở các bệnh viện, nhà thương. Lucie luôn háo hức thời gian vỗ tay này. Cô bé như kết nối lại được những tinh thần hay khoảng cách, sự nhạy cảm như chính Lyly.

Tin tức trong ngày

- mỗi ngày test gần 20 nghìn người, top 3 trong liên hiệp về xét nghiệm và cũng là nước số 1, có tỷ lệ người chết cao nhất,

- xác định người đầu tiên bị virus ở liên hiệp là tháng 12, 2019, ở Paris.

Sau tuần đầu tiên mở khoá, số nạn nhân qua đời giảm đi. Arthur sẽ đi học mỗi tuần một buổi, trong một nhóm bạn. Lyly thấy yên tâm với cách tổ chức này của nhà trường. Lyly cũng tự học nấu ăn các món mới từ châu á từ bột gạo hay từ bún. Đây là những điều mới mẻ nhất với Lyly bởi từ xưa cô chưa từng tự nấu, dù rất thích các món ăn Á như Việt Nam, Nhật bản hay Hàn Quốc. Gia đình Lyly cũng hay đi ăn ở các nhà hàng Á trước đây nên lúc này tự học và nấu được các món đơn giản như bún với salad và thịt nướng hay tự làm kim chi là một sự tuyệt hảo đối với Lyly.

Ngày của mẹ tháng 5

Là ngày được phép thăm gia đình, 4 người, chỉ 4 người và trong mối quan hệ duy nhất đó, cho đến sau 15 ngày không ai bị ốm. Gia đình Lyly về thăm mẹ. Bây giờ chỉ có một mình. Bà ít nói, ít cười hơn. Đây cũng là lần đầu tiên trong cuộc đời Lyly phải xa mẹ lâu như thế, 2 tháng không gặp nhau, chỉ liên lạc điện thoại và email. Các bạn nhỏ luôn nhớ bà và mảnh vườn yêu dấu để chạy chơi, nghịch ngợm. Vườn cây và hoa nở bừng sáng khắp nơi, màu đỗ quyên tím đậm hơn, các hoa khác trong vườn như chuyển sang màu khác một cách kỳ lạ như hoa đội mũ từ màu hồng nhạt chuyển sang màu tím…thiên nhiên cũng chuyển theo sắc màu cùng con người trong những ngày lockdown. Mỗi góc vườn là những kỷ niệm của Lyly trong những kỳ trình diễn cùng các bạn bè ở đây cũng như giới thiệu các tác phẩm mới của Lyly.

Metro sau những ngày cách ly

Sau gần 2 tháng, ngày đầu tiên mở lại các trung tâm thương mại, các cửa hàng quần áo và đồ dùng gia đình, Lyly bước vào metro trong sự lặng lẽ, vắng vẻ. Vốn yên tĩnh nơi này, bây giờ dường như bất động. Mỗi một người ngồi một góc với chiếc khẩu trang xanh phổ biến hay màu đen, hoa văn… có người đeo găng tay. Lyly luôn đeo găng tay trái để ấn nút các thang máy và cửa ra vào, quẹt thẻ… Một bầu không khí hoàn toàn khác so với những gì ở đây đang diễn ra. Cuộc sống chắc còn lâu nữa mới quay trở lại bình thường được.

Sau 4 gare, Lyly xuống tàu. Sân gare không một bóng người qua lại. Chỉ vài người từ tàu đi ra, có lẽ là gare cuối nên càng vắng hơn. Trung tâm thương mại vẫn chưa mở. Chỉ duy nhất có một hàng hoa đang thu dọn xếp quầy. Một cửa hàng gia đình mở từ sớm, đã có vài người ở trong tìm mua đồ. Cửa hàng đồ ăn Nhật bên cạnh vẫn chưa mở, Lyly không nhớ rõ 9h hay 10h. Cô gọi điện cho Eric xem thời gian mấy giờ mở cửa. Trong lúc chờ đợi cô lang thang xung quanh, ai cũng đeo khẩu trang, ai cũng lặng lẽ ngắm nhìn nhau qua đôi mắt gần như kín hết…

Eric nhắn tin lại Tagawa mở lúc 10h. Lyly trở lại tàu. Có thể cô sẽ về nhà. Nhưng lúc bước vào metro, cô lại nảy ra ý tưởng đến siêu thị cách đây không xa. Lâu rồi, cô không qua đó. Chỉ cần dừng lại 1 gare rồi đi bộ. Hôm nay, nắng nhưng nhiều gió, bao lâu rồi Lyly chưa hưởng không khí này đi bộ ngoài trời. Đường phố cũng vắng vẻ, không nhiều oto qua lại. Các bến xe bus quấn dây chằng chịt để cấm ngồi, chỉ đứng đợi để tránh virus lây nhiễm cho nhau. Lyly thoáng qua một chút buồn bã, tự bao giờ cuộc sống trở lên lạ lẫm, khoảng cách, cấm đoán nhiều hơn… Như nhắc nhở nhau, thế giới này cần thận trọng hơn trước những bất trắc hay những kết nối tưởng như thân thiết… Lyly nhớ một cuốn sách của một tác giả từ Á Châu, anh ta viết về những bí ẩn như những trò phù phép của phương đông trở thành thần bí hay những trò ma lanh, ranh mãnh để âm mưu hại người khác. Là một người phương tây duy lý khó có thể hiểu ra hiểu này nhanh chóng, nhưng nhìn lại lịch sử và cuộc sống đang trôi qua, cả thế giới đang hấp hối và nhìn thấy rõ bộ mặt gian ác của những kẻ núp sau chiếc áo ngoại giao, giang tay giúp đỡ để nắm quyền lợi, lên ngôi bá chủ… Lyly rùng mình một cái rồi tiếp tục bước đi. Siêu thị này có vẻ ngổn ngang hơn các siêu thị gần nhà Lyly. Không đông như thường lệ dù các xe đẩy kín đặc trước cửa ra vào. Lyly kéo giỏ và tìm hướng đi vào, vì đã thay đổi so với trước. Các gian hàng lộn xộn hơn, cô phải hỏi vài lần chỗ nào đặt cái túi giặt đồ, chỗ nào là đồ làm bánh, chỗ nào bán bio… Vì cái túi để giặt khẩu trang mà cô lặn lội vài siêu thị tìm cho bằng được. Cô vòng đi vòng lại vài lần khắp nơi, mua được vài thứ như list đã dự tính ở nhà. Trở lại metro để về nhà, Lyly xách trên vài một túi nặng và một tay một túi các đồ nhẹ. Gió phấp phới tung váy, Lyly dừng lại trước những bụi hoa hồng và hoa diên vĩ chụp hình như thói quen từ trước. Đoạn đường như ngắn và chậm hơn.

Mạng xã hội hay những cách nhìn khác về thế giới

Cách đây 1 tháng, mình đã nói với chàng hà lan làm tốt quá, dù cách chọn ko giống ai, nhưng cũng cách ly toàn xã hội một cách thông minh... thì hôm qua, thời sự đưa tin y chang thế,

ấn tượng bác thủ tướng, sinh ngày 14/2, độc thân và mỗi tháng dạy học 2h ở một trường ở địa phương, bác này là rất thẳng thắn và cương quyết... mình cũng tích cực học tiếng hà lan trong 2 năm nay, luôn tự học ở nhà.

sau khi hết dịch, chắc sẽ du lịch hà lan nhiều hơn, chứ nhà mình chưa bao giờ sang đây như đi nhiều nơi khác, mà toàn chạy qua, ghé qua...có lần Giang Kfc đến liên hoan phim Rottecdam thì mình cũng du hí được 2 ngày ở đó cùng các bạn trong khách sạn Hilton với Giang và Ngọc, sau đó chàng sang đón, đi du thuyền ở cảng lớn nhất châu âu...

trong lúc đại dịch, nhận ra bao điều quý giá, gần gũi nhiều hơn với những nơi xa lạ, như nước Úc của người bạn thân quý, nhìn họ làm và tích cực cho vấn đề chung toàn nhân loại hay như nước Anh, đang rơi vào những khó khăn nhất nhưng ngày nào Boris viết stt cũng đầy trìu mến và tích cực, trọng nhau hơn bao giờ hết... Boris đã trở thành nhân vật quen thuộc với nhà mình và các bạn nhỏ. nhưng tuyp mẹ thích vẫn là tổng thống pháp, hihi. con trai hỏi tại sao, bởi mẹ đánh giá cao con người và giá trị của ông ấy đặt ra cho xã hội và nước Pháp, một nước Pháp cao thượng và tuyệt vời. Pháp cùng eu làm rất nhiều rất nhiều điều không kể hết ra được. hay như Đức có khen hay kể ra thì cũng thành thừa.

đó là cách mình nhìn về thế giới, cho mình yêu thương nhiều hơn, không phải lạc quan tếu để tung hô nhau, nhưng phải học cách hy vọng để nhìn thấy tương lai của các bạn nhỏ,

loài người bảo vệ thiên nhiên, bảo vệ động vật, tại sao chúng ta không rộng lòng bảo vệ, nương tựa vào nhau

Thăm gia đình và người thân

Mai là ngày của mẹ, nên chính phủ đã cho phép nhân dân được phép thăm gia đình, người thân, bạn bè, trong phạm vi 4 người. Các chuyên gia khuyên lúc ngồi trên bàn ăn với nhau, giữ khoảng cách, như mình sẽ ngồi đối diện với chàng nhà mình, 2 bạn nhỏ ngồi đối diện nhau, bố mẹ ngồi đối diện nhau, chứ không ngồi xen kẽ.

Tuần đầu tiên mở khoá, số người bị cũng ít dần đi, số người ra đi giảm đi vài lần, số người test tăng lên gấp mấy lần, mỗi ngày tầm 20 nghìn người test, vì họ bắt đầu tìm theo dấu vết liên quan kiểu F1, F2, F3… Nhà trường cũng đã thực hiện các bước để đón chào các học sinh thân yêu, chuẩn bị đầy đủ thiết bị như gel rửa tay, điều chỉnh hệ thống toilet, vệ sinh… rất chặt chẽ, như ra vào lớp phải rửa tay khô như ở bệnh viện, ra khỏi trường cũng phải rửa tay… mỗi học sinh 4m2, thầy cô 8m2, các lớp chia ra thành các nhóm, mỗi tuần học một ngày dài, giảm đi khối lượng chương trình nhưng đảm bảo kiến thức cơ bản, riêng lớp cuối cấp được học không quá 2 ngày trong tuần... chỉ học sinh từ 12 tuổi trở lên mới bắt buộc đeo khẩu trang tại trường học và nơi công cộng như người lớn... các em nhỏ thì giữ gìn vệ sinh, giữ khoảng cách là chính. đeo khẩu trang không quá 3h, đúng quy cách. Cứ từ từ dần dần thích ứng, học tập cách kiểu thời đại dịch. Chúng ta không thể nào quên khoảnh khắc thời gian sống này để có rủi ro nào đến tiếp, hãy nhớ những gì đang trải qua, để tiếp tục mạnh mẽ, không sợ hãi và hoảng sợ... Lịch sử 100 năm trước đã trải qua chính như thế này, những người sống thời đó có thể đã ra đi, nhưng như bố mẹ ở đây, ai cũng nhớ có một đại dịch như thế, có người trong gia đình ra đi như thế... lịch sử như những vòng tròn lặp lại, nhưng có cái là tự nhiên diễn ra, có cái là hậu quả của chiến tranh thời chiến, có cái là gì, trời mới biết, dù bao nhiêu công sức của các nhà khoa học, của những người tuyến đầu...

Kiêu hãnh và niềm tin

Thế giới đứng trước bờ vực hay đang trong một sự chao đảo không hề nhẹ nhàng chút nào, có khi vô cùng nghiêm trọng. Hoa Thịnh Đốn tiếp tục tăng lên số người ra đi, UK đứng đầu liên hiệp về số người chết và dường như vẫn còn tăng tốc sau hơn 1 tháng lockdown. Cuộc chiến về thông tin. Cuộc chạy đua về khẩu trang, thiết bị y tế. Cuộc chạy đua nghiên cứu vaccine để tạm yên tâm cho những người hiện tại, cho trẻ em yên ổn đến trường. Dường như có một số bộ phận hài lòng với cuộc ngưng nghỉ này trên trái đất để được bên cạnh gia đình và những đứa trẻ nhiều hơn, để ngưng lại các cuộc di chuyển hành trình khám phá cho mặt đất đỡ nặng nhọc hơn, để dừng lại các chỉ số ô nhiễm và các màu xanh tăng dần lên… Giá trị như đang được tìm lại để thống nhất một thế giới mới, trật tự mới trong một thế giới hoà bình và ổn định sau 1 thế kỷ miệt mài chiến tranh, miệt mài xây dựng tính từ cuộc chiến tranh thế giới lần đầu tiên vào năm 1914.

Kỷ niệm ngày V day, chiến thắng phát xít và chủ nghĩa dân tộc Đức vào tháng 5 năm này cũng là ngày kỷ niệm 75 năm liên hiệp của các nước trong khối, tính từ sau cuộc chiến đẫm máu của chiến tranh thế giới thứ 2. Liên bang Xô viết cùng các đồng minh đã đổi thay lịch sử của chính mình, những tạo dựng cho chuyển giao thế kỷ 20 và 21 trong tốc độ của xa lộ thông tin internet và wifi, công nghệ thông tin và mạng xã hội.

Lyly nhìn lại lịch sử của thế hệ mình, thưởng thức các giá trị từ những năm 60 của thế kỷ trước, trong thời đại phản chiến cho đến những chuyển giao mạnh mẽ nhất của thế giới phẳng. Một thế hệ hoàn toàn khác thế hệ của bố mẹ Lyly và những người đi trước, sống trong chiến tranh và đi ra từ chiến tranh, đầy kiêu hãnh và tự hào. Thế hệ của Lyly, thế hệ của niềm tin và bền vững. Lyly không thấy những bạn bè quanh mình tự hào về ai là những anh hùng hay ai là những người vĩ đại. Họ tạo dựng giá trị từ chính mình bằng hiểu biết, đam mê riêng. Có rất nhiều người bạn làm những công việc bình thường mà họ yêu thích như trồng cây hay làm vườn, làm nông nghiệp hay trở thành một người chủ cửa hàng bánh mì thơm lừng. Có những người bạn trở thành nhà khoa học như những công việc thầm lặng. Có những người bạn trở thành nghệ sỹ với nhiều hoạt động xã hội chứ không phải những scandan hay những trò giải trí tầm thường… Họ lựa chọn gia đình nhiều hơn là cá nhân. Họ tìm về giá trị bản thân nhiều hơn dù xã hội phương tây luôn luôn là xã hội đề cao sự phát triển cá nhân nhưng không phải là những cái tôi ích kỷ hay sự tranh giành. Họ sống thực chất và đơn giản hơn rất nhiều.

Cái chết không đáng sợ mà là hành trình của nó

Chỉ trong vòng vài tháng, số người chết trên toàn thế giới như một cuộc chiến, và nó chỉ diễn ra trong bệnh viện, nơi chĩa vào sự sống và nền khoa học của nhân loại. Loài người không bất lực dễ dàng như những tham vọng ấu trĩ của những kẻ cho mình cái quyền bá chủ, thống lĩnh người khác trên những tàn ác và âm mưu. Các nhà khoa học có những nghiên cứu và phát hiện, virus có phải từ thiên nhiên hay từ một nơi nào đó có chủ trương. Họ cũng nhận ra, chính các nước phương tây bị nặng nề như Hoa Thịnh Đốn và các nước không phải thuộc khối liên hiệp Xô Viết cũ. Xứ sở sương mù bị trầm trọng khi các nước cùng khối đã giảm bớt và mở khoá. Virus lây từ người sang người là chắc chắn và lan tràn trong không khí, tồn tại vài giờ. Virus không có quốc tịch nhưng nguồn gốc nguyên bản từ đâu là một câu chuyện dài không chỉ riêng trong giới khoa học mà cho cả lịch sử loài người của thế kỷ 21, thế kỷ kết nối và thông tin, chiến tranh không phải như những trò xưa cũ của súng đạn hay khói bom, tàn phá vật chất… Cuộc chiến trọng tâm vào những người già yếu, những kẻ yếu thế… như đánh trọng thương vào giá trị nhân bản nhất của một xã hội hướng tới những điều tốt đẹp nhất vì quyền cơ bản nhất của con người như được sống, được tự do, được hoà bình và quyền được chết như mình muốn với nhân phẩm và lòng tự trọng.

Lyly nhận được thư của Tony từ UK trong một tập bản thảo và những cuốn sách. Tập thư khá dài của Tony khiến cho Lyly sửng sốt.

Trong một đoạn trích:

Lyly biết không, những năm gần đây các hoạt động nghệ thuật của Tony bị chính quyền độc tài theo dõi sát sao dù mình không tham gia bất cứ tổ chức chính trị nào hay các đảng phái. Tony là nghệ sỹ độc lập về tạo hình và phim ảnh, chính Tony và Lyly đã từng làm phim cùng nhau trong một dự án trong mấy năm trước tại Châu á. Bố Tony là người xứ sở sương mù, mẹ là người gốc Á.

Toàn bộ email, tài liệu các dự án của Tony bị đánh cắp. Tony biết ai làm việc đó. Họ sử dụng người theo dõi Tony trong những ngày bị phong toả. Tony hết sức bất ngờ. Đó là những ngày chỉ ở nhà thì có những người luôn đứng ngoài nhà nhìn theo hoặc họ đỗ xe ngay gần đó. Tony không thể lầm được. Sự ảnh hưởng của Tony trong giới nghệ sỹ khiến cho những người đó nghi hoặc và sợ hãi ư? Lyly cũng từng biết những người phụ nữ là tác giả của những tập thơ bị cấm ở chính quyền độc tài cũng như trở thành lưu vong bởi viết về sự thật tàn bạo và dối trá của họ trên những con chữ… Bạn bè của Lyly là những nghệ sỹ tị nạn từ khắp nơi trên thế giới như Nam Mỹ, Châu Phi và các nước Châu á, thậm chí trong cả cùng châu lục… họ phải thoát khỏi sự tù hãm đến tìm đến sự tự do và an toàn. Nhưng những người đó may mắn hơn đó là khi ở một bến đợi như ở liên hiệp, họ có cuộc sống bình an hơn, có tiếng nói hơn, họ tham gia các hội nghị và thảo luận trực tiếp với các nhà chính trị, các vấn đề họ quan tâm và không ai theo dõi họ hay làm hại họ. Họ xứng đáng có một cuộc sống như thế với tiếng nói và tài năng thực lực của mình. Liên hiệp làm được rất nhiều cho những người nhập cư cũng như tị nạn trong lịch sử nhiều năm qua. Chính nơi này, là cánh cửa đến những chân trời và những giá trị chân chính của những khát vọng bình đẳng, bắc ái và nhân văn. Lyly nhớ đến người bạn gái Iran, một nghệ sỹ hát opera, cô ấy từng ôm Lyly khóc khi biết rằng đất nước độc tài của mình gây ra những chia rẽ nặng nề, và rất nhiều người phải đi khỏi nơi ấy, quê hương của cô, dù cô đã biết, cô không bao giờ có đường trở về. Trong đại dịch này, Iran cũng là một nước độc tài bị thế giới lên án và cảnh cáo về những thông tin không minh bạch cũng như những đe doạ với công dân trước thông tin của dịch bệnh. Rất nhiều người chết ở đó mà không ai hay biết và có thể cứu được họ, các nhà lãnh đạo của họ cũng bị nhiễm bệnh nặng nề.

Cái chết không đáng sợ như những kẻ đang âm mưu ngày đêm dày vò doạ dẫm, họ đem những cái chết và số lượng người chết để tìm ra những điểm yếu của hệ thống xã hội. Nhưng họ đã nhầm. Bản chất của một xã hội minh bạch là họ nhìn thấy điểm yếu, hạn chế để hoàn thiện. Toàn bộ xã hội có thể không đồng tình với các chính khách và chính phủ của họ nhưng chính vì thế, chính phủ của họ cố gắng làm tốt hơn, cố gắng tìm ra thiếu sót để sửa chữa chứ họ không sợ hãi nhìn ra yếu kém. Bởi thế, sau vài tháng trước đại dịch và khủng hoảng, họ cũng hoàn thiện chính hệ thống xã hội của mình, **một xã hội khẩu trang, một xã hội có khoảng cách và ngăn nắp, một xã hội quyết tâm chống bệnh dịch từ chính khả năng và thực lực của mình, giúp nhiều người khác thoát khỏi những rủi ro hiện tại và tương lai.** Gia đình Lyly nhận được khẩu trang của quận từ thành phố cuối tháng 5, nhận được khẩu trang từ chính phủ tháng 6. Mọi công dân đều được quan tâm, được nhận theo đúng hộ khẩu và ID của mình.

Bao giờ sẽ trở lại một cuộc sống bình thường như trước hay đây chính là bài học để con người sống chậm lại, nhìn rõ bản thân hơn trong những khoảng cách vật lý mà gần gũi nhiều hơn về tinh thần và giá trị.

Cửa hàng đã mở lại 1 tuần, Lyly bị ốm nằm liệt ở nhà. Tuần mới đến, cô cố gắng ra khỏi giường, ra vườn rồi đi lại. Cô quyết định ra phố để sang khu mua sắm. Cứ ở nhà tiếp tục cô sẽ ốm tiếp, dù cô không có triệu chứng nào, chỉ mệt và ngủ. Đó cũng là những ngày đến tháng của Lyly.

Khu mua sắm gần nhà Lyly không đông như thường lệ. Cô đi theo lối chỉ dẫn được chia ra 2 hàng, không hề như trước. Không có một ai ở lối hành lang vốn đông đúc người qua lại và các triển lãm cũng như sân chơi cho các bạn nhỏ. Cô đi chậm lại chứ không rảo bước như thường. Cô vào thang máy, nơi gia đình cô hay đến mua quần áo cho các bạn nhỏ, không một bóng người, vắng lặng và cô đi qua cái máy soi đếm người vào… Cả ngày hôm nay, họ có hơn 20 người ở khu đông đúc này. Loáng thoáng vài người qua lại, ai cũng khẩu trang, chỗ nào cũng có dấu đứng cách xa nhau, gel rửa tay… Toàn bộ thanh toán bằng thẻ chứ không phải tiền mặt.

Lyly chọn đồ trong không khí không bình thường một chút nào, không có một ai ở bên, không có tiếng ồn ào nào, không có ai thử quần áo hay qua lại. Cô xem kỹ từng thứ cần chọn cho Arthur. Cô nhân viên đến hỏi có cần giúp đỡ gì không? Lyly chào và mỉm cười, tôi chọn được thứ như ý muốn rồi. Cảm ơn chị. Thế là Lyly đến quầy tính tiền gần đó, chỉ mình Lyly, một cách nhanh chóng hơn bất cứ lúc nào… vì bình thường là vài hàng dài nối nhau để tính tiền, rất lâu và căng thẳng… Thời virus lại không căng thẳng như thế, trong sự lặng lẽ như thiền. Giá như, bình thường là thế này, mọi người giảm tiêu dùng hơn, ở nhà nhiều hơn và ăn ít hơn đi, Lyly thoáng qua rồi tính tiền và đi xuống thang trượt. Cô tìm đến hàng giày quen thuộc để tìm một đôi giày thể thao mùa hè. Cô thử một đôi xăng đan đen, rồi đôi giày màu trắng và đôi giày bệt màu da cam đỏ. Người bán hàng đưa cho Lyly một đôi tất mỏng để tránh lây nhiễm, ai thử cũng được một đôi tất như thế. Lyly chọn được đôi giày trắng cỡ 37, nhưng Lyly thích đôi giày bệt đỏ da cam hơn mà họ không có cỡ 36. Thay vì Lyly cầm giầy ra quầy tính tiền đằng kia thì cô nhân viên cầm giầy cho Lyly và Lyly chỉ đến quẹt thẻ, rất nhanh gọn vì không có ai và không phải đợi. Lyly lượn thêm một vòng nữa ở trung tâm rồi đi về. Tâm trạng thoải mái hơn và dường như cô hết ốm.

Khái niệm cuối tuần biến mất hay triệu chứng ở nhà trên cây

Mẹ của Lyly không muốn ra ngoài sau khi mở khoá. Bà thấy ổn khi một mình trong căn nhà thiếu vắng mọi người, chỉ là những kỷ niệm. Có lúc, bà sợ hãi nếu ở ngoài kia, các cửa hàng hay nhà gare đầy rủi ro bởi các virus hay không cần thiết giao tiếp nữa. Bà đi chợ online, mua các thiết yếu online. Các tổ chức cung giúp đỡ người già và yếu thế nên cần gì bà có thể gọi điện đến quận để họ trợ giúp. Lyly mua cho mẹ những thứ cần thiết bà có thể sử dụng lâu dài như trà hay cafe, các loại ngũ cốc để ăn sáng, các loại mỳ khác nhau để bà đổi bữa… Bọn trẻ sẽ thường xuyên đến thăm bà cuối tuần dù không phải đi học nhiều.

Cuộc sống là những giới hạn

Quen dần với những ngày tháng trong nhà, giới hạn tiếp xúc và luôn giữ khoảng cách vật lý với mọi người, Lyly bắt đầu nhận ra những giới hạn của chính mình hay con người, như thời gian chỉ 24h, một ngày chỉ ăn được 3-4 lần, làm gì mà quá sức là mệt hoặc ốm, cần nghỉ ngơi… Dường như lúc nào cô cũng bận rộn với dọn dẹp, với viết lách và các dự án mới, rồi cuộc sống của các bạn nhỏ, như chuẩn bị mua sắm cho mùa năm học mới hay việc đi chơi cùng bọn chúng… 24h trôi qua rất nhanh mà dường như cảm giác như đang chậm lại vì lúc nào cũng cần năng lượng để nghỉ ngơi hay tiếp tục cuộc vận động cho chính sự sống này… Cuộc sống của Lyly không có nhiều áp lực từ nhiều phía như tiền bạc hay công danh, cô sống chính như cuộc đời cô có những gì cần làm, phải làm một cách tự nhiên trong những lựa chọn, sự lựa chọn đơn giản nhất để có một gia đình hài hoà với công việc mà cô yêu thích, trân trọng nó, sự lựa chọn không hề bon chen với bất cứ điều gì, nó chạy trong những zich zắc như sự tồn tại vốn có… Việc làm vườn, trồng hoa trồng cây cũng cần thời gian, cần chuẩn bị, bởi nó cũng lấy đi bao sức khoẻ và công sức của Lyly… Lyly hào hứng rồi mệt nhoài, cô cần ngủ, cần nhiều nghỉ ngơi hơn, thế mà con người vẫn cứ loay hoay, chạy trên những cạnh tranh hay lạc thú vô định để dường như đánh mất những điều còn tồn tại khác…

Có những ngày yêu nhau thức dậy giữa đêm không phải để làm tình mà kể lại những ký ức trong những hồi hộp yêu thương.

hay những bản tình ca của thế hệ

Baby one more time là ca khúc được bình chọn hay nhất mọi thời đại ở thời điểm này, ca khúc trong lúc phong toả khắp nơi, bệnh dịch khắp nơi, ai cũng nghe và nhớ về ký ức của chính mình, ký ức ngày hôm nay trong cơn đại dịch hành hoành toàn thế giới. Lyly kể cho các bạn nhỏ nghe, cô đã lớn lên như thế nào giữa những trào lưu âm nhạc khác nhau, giao thoa giữa văn hoá mới như Hoa Kỳ và liên hiệp cổ điển nhưng lúc nào cũng mạnh mẽ, năng động chứ không phải như những gì định kiến quy chụp, một liên hiệp già nua, bảo thủ. Chưa bao giờ những người tiến bộ ở đây để đánh mất chính mình, có chăng, những kẻ cơ hội hay những tên lưu manh thời đại nhúng tay vào làm vấy bẩn lịch sử và cố tình đổi thay chúng theo một cách nào đó duy ý chí, chủ quan của họ. Sự cạnh tranh ngấm ngầm dưới những bàn tay tội ác. Joker chả có gì hay ho khi nhân danh chế giễu tàn phá thế giới này, tàn phá con người, chính đồng loại của mình.

Biển Bắc sau những ngày phong toả

Vắng, bãi cát dài và rộng hơn, nắng như những dải lụa bao trùm toàn mặt nước. Hải âu áp sát mặt người qua lại. Gió như bão cuốn, cát bụi tung tăng. Lyly bước trên cát mịn, một chút ẩm nước. Từ vài tháng, trời đã nắng và nóng giữa xuân, nhưng hôm nay, mới chạy ra biển. Tự nhiên, nước mắt Lyly chảy dài trên má. Eric ôm chặt cô. Lyly bật khóc như bao lần khóc với Eric. Khóc có thể là sự khổ đau mất mát hay những rung cảm. Khóc cũng là sự tự do. Sự tự do của cảm xúc, sự tự do của những phong kín không gian, sự tự do với thiên nhiên …

Họ bên nhau cho đến lúc mặt trời lặn xuống. Cho đến đêm, có 2 người ngủ cạnh biển đầy gió lạnh.

Vùng phủ trắng của mùa hè

Mở mắt ra, Lyly nhận ra không phải ở nhà. Cô đang nằm trong một bệnh viện. Lyly được cấp cứu trong đêm qua bên bãi biển. Họ đã làm xét nghiệm cho cô và chờ kết quả trong ngày hôm nay.

Đây có lẽ là lần nặng nhất của Lyly trong mùa virus này, sau những đêm cô bị cấp cứu tại nhà và đi bác sỹ. Lyly có triệu chứng đau vùng ngực và không thể nằm được, cô di chuyển và nhảy tưng tưng để có thể giảm đau, và những lần đó đều diễn vào ban đêm. Bác sỹ của cô cũng ngạc nhiên với các triệu chứng của Lyly và sự đau đớn kỳ lạ này. Lyly thì luôn nghĩ mình bị virus mà vì sức khoẻ tốt nên dù đã bị tấn công vào cơ thể của cô, thì cô đã thoát hiểm. Nhưng lần này, có lẽ ngoài biển lạnh ban đêm, cô đã dường như không thở được trong lúc ngủ.

Cô hình dung đến cái chết như những tưởng tượng của cô trong các tác phẩm, sự biểu hiện và trình diễn. Bằng cách nào đó, con người đến với cái chết không dễ dàng, nó luôn là một quá trình, quá trình của bệnh tật, sự suy yếu hay quá trình của sự bào mòn, bào mòn cơ thể, bào mòn sức khoẻ… ngay cả với virus khi tấn công con người, nó cũng là một quá trình dù rất ngắn để ăn dần những bộ phận hay phần bệnh yếu đuối nhất để cái chết dẫn đến hoặc đột ngột…

Lyly nhiễm dương tính, cô cần nằm ở đây 2 tuần để theo dõi vì tim của Lyly ở tình trạng nguy kịch.

Có một cuộc sống sau phong toả trong nhà thương. Những trải nghiệm khác.

Tôi cần thở

Tiếng nói của người da đen với 2 cảnh sát tại Hoa Thịnh Đốn khi anh ta bị cảnh sát đè người ở vỉa hè cuối tuần qua. Tôi cần thở. Anh ta nói mà dường như họ không hề nghe thấy để giảm đi độ mạnh trên cổ của anh ta. Anh ta đã chết. Làn sóng biểu tình dành cho người da đen, da màu bùng phát ở Hoa Kỳ và lan sang các nước phương tây. Khắp nơi đòi quyền tự do và bình đẳng cho những người da đen, người nhập cư. Thế giới hỗn loạn trong những ngày giảm bớt đại dịch virus dù ở Hoa Thịnh Đốn số người chết vượt trên 100 nghìn người, đông nhất toàn cầu. Người anh hùng của nhân loại, Hoa kỳ đứng trước những thách thức mới cho một xã hội bình an và bình đẳng như giá trị họ đã tạo dựng trong lịch sử của mình.

Tôi cần thở, không chỉ là sự sống vật lý cơ học để cơ thể sống. Tôi cần thở chính là quyền sống, quyền tự do, quyền được đối thoại, lắng nghe. Có lẽ, tất cả chúng ta hay loài người chung giống nòi này, cần một lần nữa hay nhiều thức tỉnh nữa để lắng nghe người khác, hơi thở người khác để có sự trân trọng nhau, sự tự do của nhau. Không cần bạo lực, không cần theo dõi, không cần gián điệp. Sống trong không khí hoà bình thực chất, sự bình an thực chất.

Trên khắp mọi nơi, mọi người xuống đường tìm tiếng nói, công lý cho giá trị và nhân phẩm của con người, của mọi sự tồn tại trên mặt đất này, trong các thể chế và các hệ thống xã hội… Cái chết oan của người da màu, dù hồ sơ của anh ta đầy tội lỗi, vào tù ra tội đầy thương tâm, như một lần nữa, thức tỉnh mọi người trong cơn đại dịch về những giá trị cốt lõi về nhân quyền và tự do. Cứ tưởng đại dịch làm quên đi tất cả những vấn đề xã hội khác, nhưng không, chúng ta đủ thời gian vài tháng trong giam cầm để nhìn lại chính mình, thế giới chung quanh mình. 1 người chết oan cũng đủ làm cho cả thế giới thức tỉnh trước những giá trị thực chất, cần tồn tại và hiện hữu, cho công bằng và nhân đạo. Tên của người da màu bị chết trong thời khắc này trở thành dấu ấn của lịch sử thế kỷ 21, dấu ấn của loài người là luôn đấu tranh vì những giá trị của chính chúng ta, sự tồn tại của chính chúng ta, và sự đấu tranh ấy sẽ dài lâu hơn, mạnh mẽ hơn. Và chúng ta đã chiến thắng virus trong đại dịch để dám xuống đường cất lên tiếng nói, sự phản kháng dù ai cũng phải mang khẩu trang để bảo vệ chính mình.

Một thế giới khác trong nhà thương hay sự hỗn độn trong ma trận của não bộ

Trong bệnh viện, hàng ngày các bác sỹ, y tá đến thăm Lyly, truyền thuốc, thay máy thở cho cô, kine cho toàn thân… cũng là thời gian, Lyly sống ở những tưởng tượng khác, những giấc mơ của thi ca, nghệ thuật, những chuyến tàu của thời gian và ký ức. Một nhân ảnh hoàn toàn khác như những tầng lớp tiềm thức của cảm xúc, của mọi sự hỗn độn trong ma trận của não bộ con người, bởi họ như thành một người khác, những thực tại hoàn toàn khác lạ, như không phải chính họ đang tồn tại thực.

Bức vẽ chưa hoàn thành của người hoạ sỹ

Ngày diệp lục như một bức hoạ đang vẽ dở rồi ngưng lại bao lâu và tìm thấy, nhớ lại trong ký ức không quá lâu. Một ngày cũ. Cảm xúc tràn lan trên những ô cửa, khung trời đang biến đổi những màu mây. Khói xanh uyển chuyển trước lửa trong vườn vắng lặng. Trời mưa đi ngủ. Nắng đi ngủ. Mùa hè lạnh toát đôi vai.

Lũ chim đi ngủ. Loài người đi ngủ giữa mùa hè thiên thanh. Ngày diệp lục của màu xanh ấy. Vỡ tung như màu mắt cá. Như rêu. Như đá xanh bám chặt. Gờn gợn lên. Khoảng không của màu đen thẫm như đêm là phần chưa hoàn tất, đó lại là một khoảng trống của loài người, khoảng vô tận và tăm tối. Ở đó có tự do? Không ai biết. Tự nhiên có màu đen như thế không? Màu của đêm. Thiên nhiên có màu đen như thế không? Cái chết hay nơi nằm trong chiếc hộp chữ nhật. Im lặng có màu đen. Bí mật có màu đen không? Không, bí mật có nhiều màu sắc.

ngày xanh em xanh nụ cười xanh
nụ hôn xanh
đôi bàn tay xanh bầu trời xanh
mặt đất xanh thế giới xanh anh xanh như trái tim em đang lớn nhanh

đừng bao giờ làm em vỡ ngực
đừng bao giờ yêu em
đừng bao giờ
em sẽ như đá của màu xanh diệp lục rêu bám chặt tinh thần của mặt đất
lặng im lặng im
đến chết.

những mộng tưởng của chàng trai thời mới lớn được ôm ấp người tình trên vòm ngực của mình, kể nhau những vuốt ve đan nhau trên những ngón tay, đôi bàn tay chạm vào trái tim đang bập bùng như lửa cháy

tình yêu ấy xanh biêng biếc như những đêm hè đầy ảo mộng, những kiếm tìm khôn nguôi, những day dứt đến lúc nào đó vỡ oà ra như những tiếng khóc nứng lên từng nhịp từng điệu

một ngày họ thuộc về nhau, 24h hay 24h/s, 24 khoảng khắc trên một giây hay cả đời nhung nhớ không phai

đêm xanh biêng biếc, sao nhấp nháy xanh biêng biếc, đôi mắt trên trời nhìn xuống nhân gian độ lượng và bao dung, sự này mầm từ chỗ nằm ấy, đôi vòng tay siết chặt ấy không ngưng không ngưng

mặt trời ở ngay 2 trái tim cạnh nhau, cùng nghiêng về một phía lắng nghe nhịp thở từng tĩnh mạch, trong từng vách ngăn, từng giọt máu

vệt son đầu tiên còn khô mãi trên môi anh, vòm ngực của anh, yêu dấu in đậm vào trái tim có lúc kiệt cùng đau đớn, khô hạn, mệt nhoài

họ luôn tìm nhau, nghĩ về nhau dù bất kể nơi nào, cho đến lúc một ngày họ nằm cạnh nhau ở nơi nào đó, trong chiếc bình gốm hay hầm mộ

1 chỗ nằm cho 2 trái tim.

Tự sự của cô gái trong tranh và chàng nghệ sỹ

Em nằm nghiêng trên tấm thảm xanh của cỏ và tự nhiên,
nghiêng mình bên trái tim anh, rạo rực và sinh sôi

Vòm ngực em chạm vào anh bất tận sự khát khao đắm sâu
và tận hiến

Em nghiêng mình, trở đi trở lại, màu xanh nâu của đất đai,
của nảy mầm và thức giấc. Anh chạm vào em và tan biến.

Anh che chở cho em trong một khuôn hình của bức tranh,
của màu diệp lục được in thành mosaic như trên những bức
tường hàng thế kỷ xa xưa

Màu của chúng ta quện chặt vào nhau như thi hoạ, như
tiếng nhạc từ cọ vẽ, từ đôi bàn tay anh chà đi chà lại trên
tấm bố chuyển dần sang những màu in lại khảm vào đôi
mắt của chúng ta

Đôi bàn tay anh chà đi chà lại em, em dần hiện ra trước mắt
anh, trong tâm trí và tinh thần của anh, anh tạo ra em từ ý
nghĩ và sự nảy mầm gieo hạt từ sơn dầu và đời sống của anh

chúng ta có nhau mà không cần thuộc về nhau, chúng ta
thuộc về trái đất, tình yêu, sự chạm vào thinh không trong
yên lặng

chúng ta thuộc về màu sắc đan thanh và âm vọng từ các phía
của không gian và thời gian xuyên qua

Biển không còn cá nữa. Không còn cả san hô. Không còn cả
hệ sinh thái của biển. Biển còn duy nhất nước, nước biển sẽ
không bao giờ cạn. Nhưng sự tự nhiên và cái sạch của biển
đi rồi, đã tan biến cùng với những khoảng sán, những quặng

thép. Người còn đến với biển không?

Biển vẫn ồn ào sóng vỗ, vẫn dâng đầy và ngập tràn sóng. Như sức mạnh của người đàn ông dang cánh tay, mở rộng tâm hồn còn sót lại trong dòng máu vẫn sinh sôi chảy mải miết cùng thời gian. Người đến với biển để nhìn cánh chim bay hay cánh chim bị lạc, rơi xuống bờ cát đầy máu và nước mắt khô hoá thành cát.

Biển không còn cá nữa. Cá chết ư? Cá hoá thành những linh hồn treo trên những con sóng, trên vầng trăng chia đôi, trên ánh mặt trời ngược xuôi suốt những ngày hè khô kiệt. Dưới lòng sâu của biển, không còn rong rêu, không còn những chùm sứa đỏ, những san hô màu…

Biển còn chúng ta, những kẻ đơn côi, lạc lõng trên cuộc thế như sắp lụi tàn này. Chúng ta tìm đến biển, trao cho biển chút tình còn lại hay thả về biển tự do của những mô phỏng từ những kẻ kiếm tìm, vì chúng ta đã thua trước những thế lực khác, để biển rơi vào tay những kẻ đốn mạt. Chúng cướp đi sự sống của người dân nghèo, sự tồn tại và không gian của hệ sinh thái, vẻ đẹp dưới lòng sâu của biển. Chỉ còn nước biển gầm gào ngày đêm không bao giờ cạn và không bao giờ sạch trở lại như xưa.

Đến biển, còn một cánh chim chào đón. Còn một sự hy vọng khi nhìn lên bầu trời của biển, không gian ấy, chim vẫn bay lượn cũng những chiếc máy bay khác, có lúc cũng bị rình rập bởi những ống nhòm và họng súng đen ngòm từ đâu đó… Và đây rồi, một chú chim xà xuống, bên chân ta, ta bớt đi sự một mình với biển. Ta chỉ có một chút bánh mỳ, và hơi ấm trao cho sự tự do của cánh chim đơn lạc ấy, của sự kiếm tìm đồng loại ở không gian ấy… cá nước, chim trời, ánh sáng và thiên nhiên, sự hoà lẫn với nhau, vậy mà thiếu nhau, không còn cùng nhau mãi mãi.

Những con sóng vẫn dâng cao muôn trùng và lặng sâu nỗi buồn sự chết của biển, sự mất mát không bao giờ hàn gắn lại được, lấy lại được tinh thần của đại dương mênh mang.

Đứng trên cát nóng ta như đang đứng trên lò của quặng thép chứ không phải của cát thuỷ tinh. Sự tự nhiên của biển trở nên vô hình, xa lạ. Ám ảnh khôn nguôi, biển của cuộc đời này.

Tuổi trẻ hay bóng tối

Nàng sống giao giữa 2 thế kỷ. Nàng nhìn thấy bóng tối quanh nàng và tương lai khi nàng còn nhỏ. Nàng chạm vào nó, xuyên qua và vượt qua. Nàng có thể ngán mọi sự, kể cả con người nhưng nàng không chờ đợi thay đổi cho nàng. Nàng phải mạnh mẽ và thay đổi. Nàng không oán hờn vào những trang viết giả vờ và ảo tưởng, dù ảo tưởng luôn làm cho tuổi trẻ của nhiều người khiến họ thành thiên tài hay chết yểu. Nàng tỉnh táo, thực hành những việc bé nhỏ và lớn dần theo thời gian. Với nàng, sự chịu khó, sự tĩnh lặng tạo nên sức mạnh của cá nhân ở giữa thời đại thông tin, mạng xã hội, thời đại của đua đòi, của sự ảnh hưởng, trao đổi, mất mát.

Đến giờ, nàng nhìn thấy những bóng tối ấy ở những tuổi trẻ đầy tham vọng, độc ác. Họ tin vào những lý thuyết mà họ chưa bao giờ từng nếm trải và tin đó là cuộc đời của chính mình. Họ không dám sống. Không dám yêu. Không dám thành thật. Chui lủi, bẩn thỉu và khuyết tật trên những cơ thể hoàn thiện, những gương mặt thông minh và cả những nghi hoặc, phản lại văn minh. Có những gã trai chỉ viết lăng nhăng cho hết ngày rồi chửi rủa, ám thị. Họ không thể chịu đựng xung quanh họ. Họ không chấp nhận sự đời thường nào, hay giá trị nào là sự thật. Họ nghi hoặc và phải la toáng lên, tuyên ngôn rầm rĩ. Họ không dám nhận sự nghèo khó của tinh thần và đời sống. Họ lai rai trên những chiếc ghế con bên những ly cafe đầy bột ngô rồi tự xưng cafe ngon nhất thế giới, và không thể phân biệt giữa nơi xuất khẩu nhiều nhất và giá trị cafe thật ngon nhất thế giới là thế nào. Họ không hề làm việc. Không hề nhận ra mình cần làm một nghề chuyên nghiệp kể cả là nghề viết. Sự chuyên nghiệp nhất của họ là ấm ức mãi không thể trưởng thành hơn. Họ căm ghét sự đủ đầy và hạnh phúc. Ở thế kỷ 21 với sự biến đổi và các thang giá trị về con người hoàn thiện hơn, họ vẫn loay hoay đồng ra đồng vào đủ tiền cafe hay trà đá. Thế thì làm sao có tư tưởng khi không có đời sống thật diễn ra hàng ngày, thực hành nó, yêu thương nó. Đến bản thân họ, họ cũng không nâng đỡ nổi chính tâm hồn mình, không thể tha thứ cho sự nhỏ nhoi của chính mình. Họ yêu thương ai. Họ căm thù những người đàn bà họ không thể có được, không thể chạm vào. Họ trút vào những trang viết bằng những ám thị mù tối và đó là văn chương của những sự chết yểu, họ tin đó là bóng tối của cuộc đời họ và họ ngập lụt trong đó đến lúc nhìn ra thất bại và sự bất tài, vô nghĩa. Sự nghèo nàn của nhu cầu thực so với những tham vọng viễn tưởng không thực khiến cho đời sống của họ quẩn quanh, phi logich như những cuốn sách kinh dị trong thư viện chứ không phải kinh điển nhưng họ tin rằng họ là sự kinh điển của cuộc đời này, không ai hiểu họ, giỏi bằng họ.

Ngày phẳng

Những ngày đang trôi, nàng nhìn thấy những gương mặt như những gương soi về cuộc đời, về sự tồn tại của thế giới, sự nỗ lực hàn gắn. Ngôn ngữ kết nối nàng. Nhưng đó không phải là tất cả. Mà là những câu chuyện nàng kể. Nàng gặp. Những câu chuyện của người khác trong thế giới đan thanh của nàng.

Câu chuyện trên những chuyến xe bus, tàu điện hay metro xuyên qua thành phố nàng đang sống. Có những ngày trên hàng cây lá chuyển màu cùng với nắng và cái lạnh của mùa thu, tầm 4-8 độ, như ở nơi nhiệt đới là những ngày đông rét cóng. Nàng không hết ngạc nhiên này đến ngạc nhiên khác, sự tồn tại của những ngôi nhà, những toà nhà dành cho loài người sinh tồn, dành cho sự an toàn và sự che chở. Trên những không gian ấy, rừng cây bao phủ, những hàng rào xanh mướt bốn mùa, những thảm cỏ luôn được cắt tỉa gọn gàng, sạch sẽ, những công viên luôn là nơi nô đùa của bọn trẻ. Trên những chuyến xe ấy là những cô cậu học trò đi học. Những bà mẹ đưa con đến trường. Những người đàn ông không có mùi hôi của thuốc lá, hay nồng độ cồn. Trong không gian công cộng của tàu điện hay metro, luôn thật ấm vì lò sưởi. Người ta chào nhao rồi im lặng. Nàng quen dần với sự im lặng nơi này. Ngay cả nơi cạnh trường học, nàng không nghe thấy bọn trẻ hò hét, khóc lóc, đánh nhau.

Nàng chuyển gare, chui vào những căn hầm tối. Metro dần chậm lại, tiếng mở cửa và tiếng đèn báo như phá tan không gian tĩnh lặng ấy trong giây lát. Có khi nàng không đi thang bộ hay thang cuốn. Nàng chui vào thang máy dành cho người khuyết tật và những bà mẹ có con nhỏ với xe đẩy. Nàng tưởng tượng nàng bị bệnh và cần một nơi an toàn để đi đến và thoát ra an toàn. Thang máy thường đủ cho 2 chiếc xe đẩy hay 1 người khuyết tật ngồi xe tự chui vào. Thang máy thường có mùi hôi, có khi có mùi nước đái. Từ thang máy, nàng thoát ra ngoài trên mặt phố ở một con đường nào đó, mà nàng sẽ đi tiếp, đi tiếp. Có khi nàng phải chạy vì giờ hẹn đang đến. Nàng không muốn chậm trễ dù chỉ 1 phút, nàng cần đến trước giờ hẹn như thói quen hoặc không thì phải chính xác giờ. Nàng ghét các lý do tại sao tôi đến trễ. Nàng không bao giờ như thế.

Nàng gặp bao nhiêu người trong cuộc đời đang trôi của nàng trên những không gian phẳng. Có khi như đang trên mặt nước. Có khi từ chiếc màn hình. Thì ra, ở đâu nàng cũng thấy, tính cách của loài người không khác nhau là mấy. Nàng ấn tượng sự nói nhiều, nói liên hồi, lấn lướt kẻ khác. Điều này, cứ tưởng chỉ ở những kẻ ít học, xuất thân nghèo khó. Họ không có gì hơn ngoài sự nói, nói liên tục cho khỏi trống trải trong cái đầu với những logich không đâu vào đâu. Nàng nhìn thấy xung quanh nàng, ai nói nhiều đều như thế. Đến từ những nơi nghèo khó, thích thể hiện và thường không thành công, hay trách móc, không biết nhường nhịn, ứng xử. Với những kẻ có học, sự nói nhiều như những lời khuyên, sự ban ơn rất nhiệt thành, có cả sự tính toán, xảo trá. Nàng phát hiện những kẻ ấy trong đầu óc khôi hài của nàng và rồi quên nhanh đi. Vì chúng không tồn tại lâu được trong thế giới của nàng. Thế giới của nàng cần yên lặng, một mình.

Nàng thích tự do, và tự do phải luôn bình đẳng. Bình đẳng phải là sự ý thức của ít nhất 2 người trong một cuộc đối thoại, trò chuyện, trong một mối quan hệ như bạn bè, hay như những lần làm việc với các đối tác, các nhân viên xã hội… Nàng trao cả 2 điều ấy cho những người xung quanh nàng, cho sự tồn tại của chính nàng.

Trăng phẳng

Mỗi kỳ kinh, nàng thường không ngủ. Cũng là lúc có trăng. Trăng của ngày hạ chí, 68 năm. Lúc ấy, nàng và Song Tử đang yêu nhau. Thì ra, bất cứ tháng nào của trăng, nàng đều nhớ Song Tử. Những cơn mê quấy động nàng. Nàng không yên những ngày rối loạn này. Nó khiến nàng kết nối và năng lượng của nàng chảy ra theo nhịp điệu như thuỷ triều lên xuống. Nàng ý thức thói quen này khi nàng còn thiếu nữ, nàng gọi đó là những ngày trăng nhạy cảm. Màu ánh trăng. Thứ ánh sáng ấy, sự mờ ảo ấy, lạnh lẽo ấy của đêm thuộc về. Sự hiện hữu của ngày trên những khuôn hình mỏng, trăng treo trên đầu người ở trên trời cao vào những buổi sáng ở xứ lạnh khác hẳn với nhiệt đới buồn của nàng được sinh ra. Người ta sẽ sống và viết khi quá đau khổ và tuyệt vọng vì nhìn thấy toàn bóng tối, cái chết. Còn nàng khi sống nàng có quyền của Tự do. Tự do hạnh phúc riêng tư cho nàng sự thấu cảm sự khổ đau, mất mát. Nếu không có hạnh phúc này nàng không thể hiểu được nỗi đau khổ thể nào. Khi đau khổ có thể người ta khao khát hạnh phúc hơn, con đường kiếm tìm mệt nhoài hơn, nhiều nước mắt.

Nàng ăn trăng. Làm tình với trăng. K giễu cợt nàng vì sự điên rồ này. Một kẻ tâm thần như K thì tất cả những cái đẹp mê hoặc nàng như thi ca, thiên nhiên, K đều phủ định bằng thứ lý trí hoang tưởng, K cho đó là phần sống tích cực. K đang huỷ hoại chính bản thân K và thế giới chung quanh, có nàng.

Nàng muốn tự tử mỗi lần lên cơn điên, nàng muốn khóc, muốn gào thét. Mẹ kiếp, có lúc nàng im lặng thốt lên trong lòng, cái xã hội văn minh này cái gì cũng phải nín cho yên tĩnh. Như muốn yên với giới văn nghệ, nàng cũng phải rón rén đăng chỗ này chỗ kia, cũng phải nín nhịn. Nàng hèn. Có lẽ thế thật. Kệ mẹ thế giới này chứ, cần x gì phải tôn trọng hết thứ này thứ kia. Sự nghiêm túc của nàng làm cho nàng phải gánh chịu những mâu thuẫn, những tầm thường. Nàng hiểu và tôn trọng rồi nàng lại cay đắng nhận ra. Cuối cùng, chả ai tôn trọng nàng. Mọi người lợi dụng nàng. Tranh thủ sử dụng sự hào hiệp của nàng, sự hồn nhiên không vụ lợi. Cơn điên của nàng khi nhìn thấy sự bừa bộn, sự thừa thãi mọi thứ không đúng trật tự. Có thể tin tức làm nàng mệt và căng thẳng. Nàng xử lý quá nhiều thông tin trong một ngày của nàng. Những bảng chữ hiện ra, những cái nick lấp lánh. Sự chia rẽ. Hậm hực. Hả hê.

Nàng mệt quá. Nàng ngủ. Xoá mọi tồn tại. Trong khoảnh khắc hay chỉ tạm thời rồi ngưng đọng lại, kết tủa thành trầm tích rồi nàng tiếp tục bùng nổ. Như những với kẻ nàng đã hết lòng lịch sự, hết lòng tử tế. Nàng quát vào mặt chúng. Sự yếu đuối, ích kỷ. Bọn chúng biết hết. Giận dữ rồi cũng phải chấp nhận, đón nhận nàng. Nàng tồn tại như thế giữa thế giới của đụng chạm, của sự khác nhau, của những tế nhị, nhưng nàng vẫn là nàng, sự trung thực của nàng, cảm xúc của nàng, không ai đe nẹt được nàng, bắt bẻ nàng. Nàng cho chúng hả hê cười cợt, dối trá nhưng khi nàng rõ ràng, chúng cứ hối hận mà thôi, hối hận cả đời khi nàng chưa nằm xuống hầm mộ.

Nàng cũng phải quen dần với chính mình. Có lúc nàng băn khoăn, e ngại. Phải chăng nàng ý thức quá nhiều về chính mình, về mọi người chung quanh nàng. Nó khiến cho nàng luôn phục thiện. Có lúc nàng sợ trả thù. Không không thể như thế được. Nàng tin ở những con người không đầy đủ kiến thức ấy, ở họ chứa đựng sự nguyên sơ và những ý nghĩ ngây thơ, đòi hỏi người khác. Họ cũng không làm gì được hay không thể mạnh mẽ làm gì ngoài những ý nghĩ nhỏ nhoi, họ cũng cần an toàn, họ không dám sống mà thì làm sao họ cần làm gì với nàng, cho nàng, dù là hại nàng, muốn giết chết nàng. Những xung động của nàng càng thấy rõ nhiều mâu thuẫn, sự chịu đựng của nàng. Nàng thấy quá nhiều bất trắc ở đời sống này. Bóng tối trong những ánh sáng, trong những ảo mù, trong cả sự vô vọng, không kiếm tìm. Mọi sự tồn tại như sự kết nối, khẳng định sự tồn tại, hiện hữu, như những níu kéo cho cuộc sống thêm dày, thêm chắc chắn nhưng chính nó sẽ làm cho sự hiện hữu mỏng manh hơn, nhạy cảm hơn. Nàng đi trên dây. Nàng thích những cơn mơ như những vô thức ở một đời sống khác, lấp đầy cho nàng. Nàng không quẫy đạp trong những đời sống ấy, nó tồn tại lúc ngủ, lúc nàng tái tạo sức sống, lúc nàng nuôi dưỡng cơ thể của mình.

Nàng nghi hoặc chính mình quá nhiều, vì sự nhạy cảm của nàng luôn là những điểm báo chính xác. Nàng không muốn tin và không ai sẽ tin nàng cả. Bởi vậy, nàng chịu đựng một mình với những trắc trở của nội tâm. Nó chính xác đến mức, thời gian nào đó trôi qua, khi chung quanh nàng đang hào hứng, u mê thì nàng thấy hết rồi và mọi người đủ thời gian để thưởng thức sự lường gạt mờ ảo đó, sau đó nhận ra trái đắng và thất vọng, như sự phản bội. Còn nàng thì lúc đó chỉ thản nhiên yên lặng nhìn mọi người kêu oán, tiếc than. Cuộc đời này chính xác như mùa, như thiên nhiên, sự thời tiết thất thường nhưng luôn là sự cảm giác thành thật, sự thay đổi thành thật, từ bên trong sâu thẳm, trong những lỗ đen…

Vết thương thế hệ của nàng sẽ loang dần, không bao giờ hàn gắn được khi nàng còn chung sống trong thời phẳng này, với các mối quan hệ đan xen này.

Nhân cách phẳng

Trong những ngày cuối năm, nàng nhìn thấy, người đàn ông tu hành đang làm tình với một người đàn bà đáng tuổi mẹ anh ta. Anh ta đã từng là bạn của nàng. Anh ta cũng viết thơ, hay đọc sách. Con đường đến với tu hành của anh ta để thoát khỏi sự nghèo đói và những bi kịch của dân tộc. Nàng lặng im và rời bước, ngoài trời tuyết vẫn chưa rơi, mà đông cứng thành đá.

Bạn gái thân của nàng, lâu lắm nàng mới thư cho bạn, thì biết bạn vừa ghé qua Châu âu nghỉ đông cùng gia đình. Nàng không hề biết gì. Những rạn nứt có lẽ từ lâu lắm, cứ ủ trong những mục ruỗng. Nàng nhìn thấy cho đến lúc nó tan biến trong 1s nàng thấy nó hiện ra sự tan vỡ. Nàng lại phóng thích.

Nàng tự hỏi, nhân cách của nàng, tính cách của nàng có vấn để hay nàng quá nhạy cảm. Người thân của nàng rời xa nàng khi những bài thơ của nàng được sinh ra, khi nàng không còn là một kẻ viết những điều vu vơ, sáo rỗng nữa. Nàng viết ra bằng máu, những cay đắng của những giọt nước mắt đã cạn khô. Không ai gần nàng, ngay cả trong gia đình nàng. Họ bảo nàng gớm ghiếc khi nàng sòng phẳng và rõ ràng. Nàng chỉ cần họ đối với nàng lịch sự, có khoảng cách. Nàng không thể chịu những xì xào, xúi bẩy trước mặt mỗi khi họ gặp nàng trong những thời gian ngắn ngủi. Nàng nghĩ về họ thường xuyên, làm cho họ những gì tốt đẹp nhất để gắn kết, để thể hiện sự hạn hữu trong tình thương yêu của nàng, trong tình cảm sâu sa của nàng. Họ không cần.

Bạn bè của nàng, đã từ lâu nàng không bao giờ xoá nhoà trí nhớ, đó là họ bỏ nàng cô độc, khi nàng vất vả làm việc, khi nàng một mình ở nơi thành phố lạ. Rất ít người ở lại cùng nàng. Họ nghi hoặc nàng và xa lánh cho đến ngày, nàng không ở lại mảnh đất đó nữa, họ giận dữ phán xét nàng. Nàng có đụng chạm gì đến họ. Không hề. Họ luôn bám nàng từ xa để đợi lúc có cơ hội sẽ giết nàng, ngay cả trong ý nghĩ. Nàng không còn một ai. Nhân cách nàng có vấn để chăng, hay nàng quá chu đáo, tử tế, họ không cần điều ấy. Nếu nàng khoe khoang ra những thành tích, tiền bạc, sự hưởng thụ của nàng, họ sẽ cần nàng hơn ư, nàng không nổi tiếng như những ngôi sao showbiz đầy những scandan, nàng chỉ làm việc, ngay cả trong sự sáng tạo với nàng cũng là lý trí, hay là sự hồn nhiên rất đỗi, nàng làm theo những khả năng sẵn có và sự cố gắng. Có lúc nàng nhận ra, họ không cần nàng bởi không ai nâng đỡ nàng. Bố mẹ nàng không phải quan chức, họ hàng dù nàng xuất thân trong một gia đình vọng tộc. Nàng không nói nhiều về gia đình, sự học hành của nàng. Với nàng, kết quả công việc, hay tác phẩm sẽ là những gì thuộc về nàng, của nàng. Hay sự cô độc khiến cho nàng xa cách, tự đánh mất đi những con người xung quanh. Mà có lúc nàng nhận ra, hay mình đã ruỗng mục rồi, hay mình đã hỏng rồi, mình không còn gì nữa. Một xã hội như thế. Họ quay lại với nhao như chưa từng biết nhao. Nhân cách đã bị san bằng thành phẳng phiu như những bộ quần áo hàng hiệu sang trọng mà không hề có chút thành thật, sự chia sẻ mà là sự phô trương giá trị bao nhiêu tiền, bao nhiêu đồng. Nhân cách nàng lạc loài, không ai đoái hoài đến. Nàng một mình. cô độc đến khi nhắm mắt.

Bảo tàng

Người đàn ông thọt chân, một mắt đứng canh cửa. Nàng đi vào. Lặng yên. Lặng yên. Những hình đầu lâu, những bộ xương thật, những mô hình bằng thép…. từng ngăn chia ra. Máu và máu. Loang lổ khắp trên tường, trên những ô cửa kính mờ sương ở ngoài. Nàng bước lên cầu thang. Những bức tranh siêu nhân, những cái chết trên cánh đồng đầy lúa mỳ trĩu bông và trái cây, rau củ. Một căn phòng. Chiếc quan tài nằm giữa phòng với những ô kính mờ cũ nhiều năm. Xác của một thân hình bằng cá, gương mặt nửa người nửa mặt cá sấu. Trên màn hình, là chiếc tivi chiếu lại bộ phim về một hành tinh không phải của trái đất này, những người đàn ông trong bộ quần áo vũ trụ, họ khiêng cái xác vào làm phẫu thuật và đặt nó như trong chiếc quan tài màu đỏ nhiều ô kính mờ kia.

Cấu tạo người được tạo nên từ những ống hút như những mạch máu, những bộ xương được kết thành từ những ống nước bằng nhựa. Con người hoàn toàn được mô phỏng như những vật chất không phải từ xương thịt mềm. Trái tim bằng những quả bóng bay. Nội tạng từ những túi bao cao su phập phồng phập phồng nhịp đập. Bộ não từ những hình khối kim cương. Những đứa trẻ được sinh ra từ những bào thai nhân tạo bên ngoài cơ thể, trong những ống dẫn tinh, dẫn trứng ở phòng lạnh. Thời gian mang thai không chỉ 9 tháng 10 ngày mà tuỳ thuộc vào sự mong muốn bố mẹ muốn con trở thành người như thế nào thì sự mang thai sẽ theo thời gian ấy. Muốn con trở thành người bình thường, bào thai chỉ cần 9 tháng, muốn con trở thành một siêu nhân hoàn hảo thì có thể 9 năm hay 90 năm…. Các quy ước rất chặt chẽ và khắt khe, máy móc. Cứ thế con người phát triển trong thế giới phẳng lặng, yên ắng. Chỉ có tiếng máy kêu, không có tiếng động nào khác.

Rồi nàng cũng sẽ trở thành như những bộ xương như thế trong hầm mộ hoặc sẽ tan thành tro bụi. Nàng luôn sẵn sàng cho cái chết của mình được an toàn và yên lặng. Bào thai năm trên chiếc đĩa nhìn nàng chăm chú. Nàng đã từng bỏ đi một bào thai lúc 8 tuần tuổi, vì không thể phát triển được hơn nữa. Nó ra tự nhiên khi nàng đi đái. Nàng khóc không biết bao nhiêu nước mắt.

Nàng gặp lại ông bà nội ở đây. Ông nội đã từng luôn muốn tự tử như con trai của mình. Ông nội thương quý nàng. Sau khi ông nội ra đi, bà nội suy sụp và trong một lần ngã cầu thang, vào bệnh viện, bà quyết định đi cùng ông chứ không sống trong sự xấu xí của gương mặt của sự đau đớn. Họ là một cặp đôi bất hạnh mà đầy tình yêu. Cả đời bà chỉ có một mình ông, theo đuổi sự ra đi của ông, tha thứ cho ông. Bà lấy ông từ hồi trẻ tuổi do mẹ ông nội quyết định và mai mối theo kiểu con cái nhà dòng dõi lấy nhao. Ông bà nội thanh thản bên nhao, họ tràn ngập yêu thương khi tro bụi cùng nhao hoà trộn và chia sẻ những thở than, sẻ chia trên thế giới khác con người đang tồn tại. Họ năm tay nàng, cười hiền như những lần nàng tới thăm và ngồi trò chuyện. Nàng im lặng, lắng nghe thời gian đi qua. Ở đây nàng được gặp lại những người thân yêu nhất, những mất mát của cuộc đời nàng. Ông bà nội đã từng mất đứa con trai út, khi anh ta dùng súng tự tử. Anh có triệu chứng tâm thần. Kết hôn với một người đàn bà có triệu chứng như thế. Họ gặp nhao trong bệnh viện trong một lần anh hẹn bác sỹ. Họ có một đứa con gái. Người đàn bà không thể chăm sóc đứa trẻ như bình thường, chị để nó bẩn thỉu dơ dáy trong nhà. Chị hẹn bạn bè đến nhậu nhẹt suốt ngày đêm trong căn nhà cổ như lâu đài. Một lần đi làm về, anh thấy vợ say sữa giữa những người đàn ông xa lạ. Anh lấy súng bắn khắp nơi rồi bắn vào sọ mình. Từ đó, cô con gái lớn lên không ai chính thức chăm sóc thừa nhận dù có được em gái bà nội nhận làm con đỡ đầu. Cô gái cá tính và nhạy cảm. Cô nhận ra trong dòng họ danh giá ấy mọi người ích kỷ, xấu xa, lấn át cô. Cô rời xa họ. Bà nội là người tìm kiếm cô, chăm sóc cô những lúc cô xuất hiện gần bà. Vì có thời gian cô lang bạt khắp nơi không ai biết ở đâu. Có bao nhiêu tiền bạc cô đều phung phí cho những người tình không đâu của mình. Rồi cô điên lên, khóc lóc. Không ai sống chung cùng cô được lâu. Rồi khi ông bà mất, để lại gia sản, cô quyết định không chia cho ai khác, đóng băng tài khoản ngân hàng. Thế là di sản ấy trở thành tiền của xã hội và không ai nhận được một xu nào. Mọi người căm hận cô và họ oán trách cô xấu xa, không thừa nhận rằng, chính họ tạo ra một sản phẩm quái thai ấy, kỳ dị ấy. Sự ích kỷ trong gia đình giàu có thường xuất phát từ tiền bạc, vật chất. Họ luôn coi trọng vật chất và những giá trị họ nhìn thấy được một cách cụ thể chứ không quan tâm đến tình cảm hay tâm lý. Người ta nói nghèo thương nhau dễ hơn cũng có cái lý vì người nghèo đâu có gì mà quan tâm, nên tình yêu hay yêu thương là thứ sẵn có nhất nếu có thể họ làm cho nó sinh sôi và mạnh mẽ. Người giàu thường cho mình là số 1, là người quyết định bởi quyền lực vây quanh họ, họ có mọi thứ đến mức không cần ai, không cần gì nữa. Họ một mình, họ chấp nhận và hay loại bỏ những thứ khác mình, thấp kém hơn mình, làm phiền mình. Họ sòng phẳng và cực đoan, có khi ác độc. Người giàu mà hiền thì mang tâm thế ổn định, không thay đổi. Họ thương người khác thì cũng là tình thương để đó, vì họ không thể mạnh mẽ hành động vì họ hiểu, họ không thể thay đổi điều gì thế giới này, khác hẳn những kẻ giàu ác nghiệt. Nàng nhìn thấy sự khác nhao, sự giống nhao của những nỗi khổ đau loài người. Nàng thấy mình cũng trở nên máy móc và cứng nhắc, sòng phẳng. Nàng cũng chán ghét thực tại này nhưng nàng phải sống phải tồn tại vì nàng đã được sinh ra. Nàng không thể hèn yếu, cũng không dễ chết dù nàng luôn sẵn sàng cho những cái chết của nàng, sự tự tử của nàng. Nhưng có lẽ, nàng có một định mệnh sống và đổi thay, đổi thay chính số phận của mình, định mệnh này. Nàng tiếp tục. Càng tiếp tục nàng càng nhìn thấy, phát hiện những lịch sử mà nàng như đã biết trước và bây giờ là một sự chứng minh thực tại ấy. Có lúc, nàng cần giết đi ai đó, người nào đó mà nàng cũng thể vì những cái chết trong đầu nàng nó luôn là một sự hồi sinh, phục thiện. Nàng không thể ra tay. Cái ác có khi tồn tại ẩn náu tương sinh ở bên trong mỗi con người, ở môi trường khác nhao nó sẽ bộc lộ khác nhau, hành động khác nhao.

Những chuyến tàu thời gian

Một ngày, nàng lạc vào bảo tàng về tàu hoả, nơi nàng sống, cũng là nơi đầu tiên trên thế giới có những đường ray đầu tiên. Nàng trở về 2 thế kỷ trước. Rồi lại bay tới tương lai của thế kỷ tiếp theo sau đó, tầm 2146, những chuyến tàu siêu tốc đi xuyên qua những đường hầm dưới biển và chạy ngang những thành phố chỉ có màu xanh giữa những toà nhà bằng kính siêu mỏng. Đường phố không có con người nữa. Nàng cứ ngồi mãi trên chuyến tàu ấy và không muốn ngừng lại.

Ở một thành phố tương lai, nàng là con người duy nhất còn tồn tại. Loài người đã biến mất. Những ngôi nhà kia là của những siêu nhân tạo. Máy móc hiện đại đến mức không hiển hiện ở mặt đất nữa mà ẩn trong những bức tường, những công tắc và ký hiệu. Nàng đi tìm M. Tìm K. Tìm Song tử. Họ ở trong vương quốc của mạng xã hội hay online, internet. Mọi thứ vẫn tồn tại bằng những màn hình siêu phẳng dính trên các bức tường, các nơi công cộng. Nàng muốn tìm ai, nàng tìm lại tên và nơi quốc tịch của họ. Nàng thấy M đầu tiên. Có lẽ M để lại nhiều di sản cho dân tộc nàng, sự giàu có của anh được chia sẻ và tạo dựng nhiều giá trị xã hội. Facebook đã lưu anh lại trên hàng top.

Nàng quay lại thế kỷ 21 của nàng trên một chuyến tàu bình thường, nàng ngồi ở trong metro, chạy qua những đường hầm. M đang đợi nàng ở trung tâm khi anh ghé qua đây công tác cùng với các đồng nghiệp. M vẫn thế, điềm đạm và sáng láng. Họ im lặng và im lặng. Bước vào tiệm cafe quen thuộc của nàng. M ngồi ngắm chung quanh và nhìn nàng ăn. Anh vẫn yêu nàng như lần đầu tiên họ gặp nhao ở nơi xa xôi ấy, ở không gian đầy tranh và nến. Anh vẫn khoảng cách với nàng như những lần hẹn hò ngược chiều các chuyến bay. Nàng đã trở thành người phụ nữ khác với hồi xưa ngơ ngác dù trong mắt M, nàng vẫn nhỏ nhẹ như thế, vẫn dịu dàng như thế. Nàng đẹp hơn. Biết chăm sóc bản thân hơn. M đưa tay đến chạm vào tay nàng.

Nàng sẽ đi một chuyến tàu khác để trở về thực tại của mình. Nàng bước nhanh, chạy về bến tàu của thời gian. Trên khoang riêng của nàng, riêng tư và lặng lẽ, nàng lại xuyên qua bóng tối để nhìn thấy một tương lai không còn ai tồn tại, chỉ mình nàng cô độc. Khi không có ai, mọi ký ức của nàng trở nên giàu có. Nàng chỉ ngồi viết và lấy các ký niệm ra và ghi chép lại trên những bức tường khi nàng chạm tay vào. Nàng hài lòng với thế giới siêu riêng tư này. Không có sự ồn ào nào. Mọi thứ tinh khiết như nước. Lúc ăn nàng ăn cùng bọn trẻ. Lúc đi chơi nàng hẹn hò với các bạn ở khắp nơi trên thế giới. Nàng thường xuyên đến chân trời nào đó, nơi của những bạn văn bạn thơ rất mực yêu mến nàng và nàng trân trọng họ như những thứ quý giá nhất của cuộc đời làm người của nàng. Họ tự do. tử tế, không ma lanh như những đám người khác. Nàng yêu mến những quà tặng là bạn bè. Họ là nơi bình an cho sự sáng tạo như nơi nàng sống thường ngày. Khi làm tình nàng chỉ duy nhất với Bảo Bình của nàng. Đó là người đàn ông cho nàng tất cả sự hiến dâng, thấu hiểu, tuyệt đối chung thuỷ với nàng. Và nàng tuyệt đối trung thành với BB của nàng. BB chính là ánh sáng cho sự đột biến, sự sáng tạ của nàng, BB chính là người phát hiện tài năng của nàng. BB là một hiện hữu có thật tái tạo ra nàng, một kẻ thăng hoa với nghệ thuật và tưởng tượng. Nàng cứ đi lại giữa quá khứ và tương lai như thế, trên những chuyến tàu chỉ chợp mắt một giây thôi, nàng ở những không gian khác nhau, những gương mặt của ký ức, hiện tại và tương lai, những mịt mù, bóng tối.

Những chuyến tàu của mùa đông bắt đầu vào những ngày cuối năm tất bật. Nàng đuổi theo những ý nghĩ, hiện thực phơi bày trong đôi mắt của nàng. Những đắng cay vừa lấp lánh rồi lụi tàn dần. Nàng vừa đi vừa chạy, chạy trên những đường ray mỏng như tơ song song nhao. Mọi người theo nàng và bỏ rơi nàng ở mỗi bến khi dừng lại. Họ nhìn nàng rồi quay mặt đi. Họ chính thức bỏ rơi nàng. Không ai yêu quý nàng tận cùng tận nghĩa. Loài người luôn nghi hoặc nàng, sự tồn tại của nàng, sự tử tế của nàng. Ngay cả người thân của nàng, họ có thể không lắng nghe bất cứ lời kêu cứu nào. Bởi vậy, nàng im lặng. Im lặng. Sự im lặng dầy lên. Sự đắng cay của nàng tan ra trong từng phút giây nàng tĩnh lại. Mùa đông luôn cho nàng những cảm thức say sưa, trầm lại. Nàng muốn nói hết ra, chia sẻ với một ai đó. Không, nàng không thể tin được ai cả. Nàng trong sự bao bọc của chính nụ cười và lý trí của mình. Nàng cạn kiệt sức lực trong 90 ngày của mùa đông âm tính, nặng nề.

Bất hạnh lớn nhất của nàng là nàng không thể chết như nàng muốn, có lẽ nàng còn phải viết, tiếp tục viết sự nặng lòng này, hết đắng cay này. M đến bên nàng lúc này, phá tan những nghi hoặc của nàng về M trong sự nhầm lẫn vô tình nào đó. Vẫn là kẻ khiến nàng buồn tuyệt vọng và sợ hãi phải chạy trốn. Trong lúc mệt, nàng ngồi nghỉ ở sân gare. Một người đàn ông đi tới. Nàng cứ đi theo ông ta. Bước lên một chuyến tàu, nàng không biết là về quá khứ hay tương lai. Nàng bay trong yên lặng.

Ánh sáng của Venus của những ngày mùa đông chói loà.

Xuyên qua ống kính telecope, nàng bị cuốn theo sức hút mãnh liệt của đường bay trên không. Không có tốc độ nào nhanh hơn thế, thứ ánh sáng của nữ tính và đàn bà. Nàng không ngớt buồn, không ngớt. Vẫn chưa có tuyết. Bầu trời như nhung, chỉ duy nhất mình Venus hiển hiện.

Trở về nhà

Sau 2 tuần trong nhà thương, Lyly đã bình phục trở lại, và bác sỹ sẽ theo dõi tiếp khi cô trở về nhà.

Cũng là thời gian mở khoá ở giai đoạn 3, là giai đoạn các nhà hàng, quán ăn được mở trở lại, được thăm hỏi bạn bè và các nhóm đồng nghiệp.

Các chuyến bay sẽ dần trở lại từ giữa tháng và mùa hè.

Các lễ hội dưới 100 người được tổ chức như đám cưới, hay các hoạt động văn hoá.

Tất cả đều tuân thủ khoảng cách xã hội 1.5 m và khẩu trang, gel rửa tay ở các nơi tụ tập đông người, dù có vẻ dường như dịch bệnh đang hết dần, mọi thứ được điều chỉnh và an toàn hơn so với cách đây 3 tháng.

Các bạn nhỏ quay lại trường học dù chỉ còn vài ba tuần sẽ đến kỳ nghỉ hè. 2 bạn nhỏ vô cùng háo hức gặp lại các bạn bè cũ. Chúng mong rằng, các bạn sẽ đi học đầy đủ và không còn lo sợ virus nữa.

Lyly vui mừng, sẽ gặp lại các bạn bè của mình, sẽ hẹn hò cafe, sẽ đọc thơ và trình diễn. Tiếp tục các dự án mới trong năm.

Kỳ nghỉ hè năm nay, sẽ chậm hơn vì Eric bận làm việc và tiếp tục cho dự án sắp hoàn thành.

Mẹ sẽ đi nghỉ cùng gia đình Lyly.

Và tất cả mọi người đều chờ vaccine để có một cuộc sống bình thường dù khác sau những ngày tháng này, những ngày tháng sống chung cùng virus.

Những đêm không ngủ, Lyly đi xuống tầng hầm, chui vào một chiếc quan tài, bịt mắt lại bằng những khẩu trang khác nhau, cô ngủ yên trong đó, cho đến lúc cảm thấy bình an hơn, dễ chịu hơn.

Ngoài trời, những đêm mưa và trăng, có thể cùng gió.

Một thế giới chuyển động khác.

Những chuyến tàu của không gian, thời gian và tưởng tượng.

Những khoảnh khắc, ký ức và sự hiện hữu.

Lòng biết ơn.

Tháng 6/2020,

Một năm sau đó kể từ ngày lockdown, mùa xuân đang đến,

Vaccine đã có sau 10 tháng nghiên cứu và sản xuất nhanh nhất có thể, đến với nhiều người già, nhiều y tá và những người tuyến đầu trong đại dịch, các đối tượng yếu thế được ưu tiên... Đến với các nước nghèo khó... Những khó khăn tiếp theo không ngưng nghỉ, và đại dịch tiếp tục hoành hành với nhiều biến thể khác nhau, tốc độ lan truyền nhanh hơn...

Mùa biến dị thế kỷ, hay một thế hệ sống trong thời đại dịch, sinh ra và lớn lên ở thời đại này, không một ai quên. Trí nhớ tập thể về một cuộc càn quét, một cuộc chiến tranh với người chết hàng loạt, 2.6 triệu người/1 năm ở khắp địa cầu. Vẫn nhiều người không tin rằng, đây là sự thật và họ cũng không thực hiện tiêm ngừa vaccine như niềm tin với giáo chủ thời đại dân tuý T răm.

Mùa biến dị cho chúng ta nhìn thấy rõ những nỗ lực của loài người cũng như sự tiến bộ của khoa học và y học trong lĩnh vực sức khoẻ. Sự nỗ lực của liên hiệp vì giá trị chung về quyền con người và dân chủ. Sự nỗ lực của các cộng đồng, nhiều chính quyền ở khắp nơi cố gắng vì sự bảo toàn của nhân dân. Mùa biến dị là lúc hiệp định về Biến đổi khí hậu được thông qua và chuẩn bị cho một thời kỳ lịch sử mới của một thế hệ tiếp theo trong tương lai, về tiết kiệm năng lượng và bảo tồn tự nhiên, sống xanh và bầu khí quyển trong lành.

Mùa biến dị, còn tiếp tục như những khiếm khuyết loài người còn phải cố gắng để không ngừng nỗ lực bảo vệ các giá trị và nền văn minh của con người.

Sự biết ơn hay mùa khởi sinh tuổi 40
về tiểu thuyết hư cấu mùa biến dị 21

Tôi đã từng mơ ước về những tập thơ và những cuốn tiểu thuyết như một niềm đa mê lớn lao trong cuộc đời này, cuộc đời nhỏ bé của tôi hay thế hệ như tôi. Tôi viết. Bắt đầu viết từ những sự trống rỗng, không có một kinh nghiệm nào hay sự trải nghiệm nào đáng kể…Tôi sống những ngày tháng tự do của tuổi trẻ như một may mắn, đó là không ai biết tôi, nhìn thấy tôi và tôi được tự do là chính mình để đi xa hơn những vùng địa lý sẵn có, những bản đồ có quy hoạch rõ ràng chi tiết. Tôi viết và tôi đến. Tìm thấy chính mình bằng sự hiểu biết của đời sống, của những chuyển động trên những vùng văn hoá khác nhau hay những di sản còn tồn tại theo một cách nào đó in khảm vào tâm trí và trái tim cuả tôi. Thi ca hay film ảnh, sân khấu… như những nền tảng nghệ thuật của những điểm nhìn trong đôi mắt sáng tạo và tìm kiếm. Tôi nhìn thấy zen từ tự nhiên trong chính bản thể của mình. Tôi trồng chữ mỗi ngày trên những cánh đồng có lúc nhiều nắng, có lúc âm u, tối mù, có lúc độc hành, có lúc đơn côi, có lúc tĩnh lặng…. Và kể cả đông người, tôi không thể thấy sự ồn ào của chính mình. Tôi ngồi lại, sắp đặt lại trí nhớ và ký ức, sắp đặt lại chữ và tiếng việt của mình giữa những ngôn ngữ khác. mùa biến dị 21 ra đời trong sự bất trắc cuả toàn nhân loại hay sự bất trắc của chính tôi từ lâu.

Tôi muốn nói đến những người tôi đã nghĩ đến và gửi bản thảo cho họ. Sự lặng im hoàn toàn. Tôi kiên nhẫn.

Bởi tôi hiểu rằng, có thể nó đã không đến đúng lúc hoặc đúng người, hoặc bản thảo của tôi đã mất trên những wifi internet, nó nằm đâu đó và không ai biết. Sự im lặng đó cho tôi lòng tin. Tôi sẽ xuất bản cuốn tiểu thuyết hư cấu này.

Tôi muốn nói đến những người bạn đã nhìn thấy tôi, biết đến tôi và hoặc như không biết. Những người cùng thế hệ của tôi, như hoàn toàn khác. Tôi biết ơn họ, một đời sống bền lâu như chính họ mà bản thân tôi cứ phải đi tìm chính mình ở những tác phẩm như những dày vò cô độc.

Tôi muốn nói đến gia đình của tôi ở đây, luôn ở bên tôi nhiều yêu thương và chia sẻ. Sự bình yên và thấu đáo cùng nhau sống chính là sự quý giá giàu có nhất mà tôi có được để sống và tiếp tục viết thật ý nghĩa của công việc viết như một nghề nghiệp. Bertrand tận hiến cuộc sống của mình cho tôi, lắng nghe toàn bộ tâm trí, sự biến động lặng yên của tôi.

Tôi muốn nói đến những người bạn của tôi ở đây, nơi tôi đang sống và trưởng thành, những người bạn từ những nơi xa lạ hay những tình bạn thi ca và văn chương. Học viện viết của tiểu thuyết gia Sulaiman Addonia đã truyền cho tôi cảm hứng và nội lực thật sâu sắc để quyết tâm hoàn thành cuốn tiểu thuyết này. Từ những ý tưởng ban đầu được triển khai cho đến những lần đọc truyện và trình diễn trước nhiều khán giả với Anh ngữ, tiểu thuyết hư cấu của tôi đã khởi sinh chính tôi trên những trang viết mà nhiều năm tôi đã từng đóng lại, có lúc xé bỏ đi.

Tôi muốn nói đến những kết nối hay những người bạn đang nhìn tôi thấy từ xa. Tôi biết ơn Ra khơi và anh

Nguyễn Thành, nơi đầu tiên đã dành cho 8 trang mùa biến dị 21 xuất hiện vào tháng 4/2021. Như một động lực để tôi quyết định vào phút cuối cùng xuất bản tiểu thuyết hư cấu này như tuổi 40 Khởi sinh.

Biết ơn các đơn vị xuất bản cùng các cộng sự đã dành tâm trí cho chúng tôi, tác giả và tác phẩm những thời gian quý giá để hoàn thành và ra mắt bạn đọc. Tiếng Việt trong một câu chuyện toàn cầu của thế hệ chúng tôi được chuyển hoá thành tiểu thuyết hư cấu đầu tiên của Quỳnh Iris de Prelle. Tôi biết ơn mẹ cha và quê hương Tiếng Việt, ngôn ngữ nguyên bản nhất với chính tôi đã cho tôi nhịp cầu kết nối nhân loại bằng tri thức và nhận thức của sự tự lập và ý chí.

Trân trọng và yêu mến,
Mùa tháng 5, 2021, mưa ở Brussels,
Quỳnh Iris de Prelle,

Liên lạc Tác giả
Quỳnh Iris de Prelle
quynhdeprelle@gmail.com

Liên lạc Nhà xuất bản
Nhân Ảnh
han.le3359@gmail.com
(408) 722-5626

www.ingramcontent.com/pod-product-compliance
Lightning Source LLC
Chambersburg PA
CBHW060602190726
48283CB00003B/1113